AF693611

வர்ணாவின் மரணம்

2 நாவல்கள்

திக்..திக்... திவ்யா

ராஜேஷ்குமார்

Publishing

இரு நாவல்கள் தொகுப்பு (RK088)

வர்ணாவின் மரணம் முதல் நாவல்	திக் திக் திவ்யா இரண்டாவது நாவல்

ராஜேஷ்குமார்

முதல் பதிப்பு - ஏப்ரல் 2025

வெளியீடு: RK பப்ளிஷிங், 23, யமுனா தெரு,
க்யூரியோ கார்டன் அவென்யூ, வடவள்ளி, கோயம்புத்தூர் – 641 046.

அட்டை வடிவமைப்பு: நவீன்குமார் மு

நூல் வடிவமைப்பு: மூ. சிவசுந்தரம், இன்லெட்பஃப் சொல்யூஷன்ஸ்

A collection of two novels (RK088)

Varnaavin Maranam **First Novel**	**Dhik Dhik Dhivya** **Second Novel**

Rajeshkumar

First Edition - April 2025

Published by: RK Publishing, 23, Yamuna Street,
Curio Garden Avenue, Vadavalli, Coimbatore - 641046.
Mob: 89251 16783
email: rkpublishing41@gmail.com
Web: www.rajeskumarnovels.in

Cover Designed by: Naveenkumar M

Book Designed by: M Sivasundaram, inletPUB Solutions, www.inletpub.com

எழுத்தாளரைப் பற்றி...

ராஜேஷ்குமார், 1947-ம் ஆண்டு மார்ச் 20ம் தேதி கோவை மாநகரில் பிறந்தவர். இவரின் இயற்பெயர் கே.ராஜகோபால். எழுத்துக்காக ராஜேஷ்குமார் என்று தன் பெயரை மாற்றிக் கொண்டார். இவரின் முதல் சிறுகதை "உன்னைவிட மாட்டேன்" 1969ம் வருடம் மாலை முரசு கோவை பதிப்பில் வெளிவந்தது. 1980வது வருடம் இவருடைய முதல் நாவல் "வாடகைக்கு ஓர் உயிர்" மாலைமதி மாத இதழில் வெளிவந்தது. அதே வருடம் கல்கண்டு வார இதழில் "ஏழாவது டெஸ்ட் ட்யூப்" என்ற முதல் தொடர்கதை வெளியானது.

கடந்த 53 ஆண்டுகளில், இதுவரை 1500 மேற்பட்ட நாவல்கள் 2000 மேற்பட்ட சிறுகதைகள் எழுதியுள்ளார். இதைத்தவிர, நூற்றுக்கணக்காண அறிவியல், சமூக, ஆன்மிக மற்றும் வாழ்வியல் கட்டுரைகள் படைத்துள்ளார். அவற்றில் "ஸார் ஒரு சந்தேகம்!", "வாவ்! ஐந்தறிவு", "எஸ் பாஸ்", "சித்தர்களா! பித்தர்களா!!" முக்கியமானவை. "என்னை நான் சந்தித்தேன்" என்ற தலைப்பில் தன் வாழ்க்கையில் நடந்த நிகழ்வுகளை சுவராஸ்யமான நடையில் எழுதியுள்ளார். இது மிகச் சிறந்த சுயமுன்னேற்ற நூலாகவும் பார்க்கப்பட்டு பாராட்டப்படுகிறது.

இவரது சில தேர்ந்தெடுக்கப்பட்ட படைப்புக்கள் பிராந்திய மொழிகளிலும், ஆங்கிலத்திலும் மொழி பெயர்க்கப்பட்டுள்ளன. இவருடைய நாவல்கள் பல, திரைப்படங்களாகவும் தொலைக்காட்சித் தொடர்களாகவும் தயாரிக்கப்பட்டுள்ளன.

தான் எழுதிய குற்ற புதினங்களில், நவீன அறிவியலையும் பல புதுமைகளையும் புகுத்தி தனிமுத்திரை பதித்ததால், வாசகர்களும் பதிப்பாளர்களும் இவரை 'க்ரைம் கதை மன்னர்' என்று அழைக்கிறார்கள். இந்த 2023 வருடத்திலும் பல முன்னணி அச்சிதழ்களிலும் மின்னிதழ்களிலும் இன்னும் எழுதிக் கொண்டிருக்கிறார்.

எழுத்துலகில் இவர் ஆற்றிய சாதனையை இந்தியன் புக் ஆஃப் ரெக்கார்ட்ஸ் 2022ல் அங்கீகரித்துள்ளது. இவர்க்கு தமிழக அரசு, 2010ல் கலைமாமணி விருது வழங்கி சிறப்பு செய்துள்ளது.

எழுத்தாளரைப் பற்றி...

வர்ணாவின் மரணம்

இந்த கதை 2019 ஆம் ஆண்டு
க்ரைம் நாவல் என்ற மாத இதழில்
வெளிவந்தது

1

சந்திரா நகர் போலீஸ் ஸ்டேஷன்.

நேரம் நள்ளிரவைத் தாண்டியிருக்க, காற்றில் குளிர் இரண்டறக் கலந்து தயக்கத்தோடு வீசிக் கொண்டிருந்தது. ஸ்டேஷனின் உள்ளறையில் உட்கார்ந்து பழைய கேஸ் ஹிஸ்ட்ரி ஒன்றை சுவாரஸ்யம் இல்லாமல் புரட்டிக் கொண்டிருந்த இன்ஸ்பெக்டர் சசிகுமார் ஒரு நீண்ட கொட்டாவியை வெளியேற்றிவிட்டு வெளியே எட்டிப் பார்த்து குரல் கொடுத்தார்.

"வேலாயுதம்!"

"ஸார்..." அடுத்த விநாடியே அறை வாசலில் நின்றிருந்த அந்த கான்ஸ்டபிள் எட்டிப் பார்த்தார்.

"ஃப்ளாஸ்க்ல டீ இருக்கா?"

"இருக்கு ஸார்..."

"ஒரு அரை டம்ளர் குடு..."

"எஸ்... ஸார்..."

"பத்துமணிக்குத்தான் சாப்பிட்டேன். பசிக்குது... அப்படியே ரெண்டு பிஸ்கெட்டும் குடு... இந்த கேஸ் ஹிஸ்ட்ரியை முழுசா படிச்சுப் பார்த்தாத்தான் நாளைக்கு கோர்ட்டுக்குப் போய் பப்ளிக் பிராசிக்யுட்டர் கேட்கிற கேள்விக்கெல்லாம் குழப்பம் இல்லாமே பதில் சொல்ல முடியும்..." – சசிகுமார் முனகிக்கொண்டே கையில் இருந்த கேஸ் ஹிஸ்ட்ரியை மேஜையின் ஓரத்துக்கு தள்ளிவைத்தார்.

கான்ஸ்டபிள் வேலாயுதம் அடுத்த அறைக்குப் போய் ஃபிளாஸ்க்கை எடுத்து கண்ணாடி டம்ளரில் டீயை ஊற்றிக் கொண்டிருக்கும்போதே ஸ்டேஷன் வாசலில் அந்தச் சத்தம் கேட்டது.

ஸ்கூட்டியை நிறுத்தி அதனின்றும் ஒரு பெண் இறங்கி வேகவேகமாய் உள்ளே வந்துக் கொண்டிருந்தாள். முப்பது வயது இருக்கலாம். அழகாக இருந்தாள். அடர்த்தியான சிவப்பு நிறத்தில் சல்வார்கம்மீஸ். முகம் வியர்த்துப் போயிருந்ததில் நிறம் கூடி மினுமினுப்பாய் தெரிந்தது.

வேலாயுதம் டீ ஊற்றுவதை நிறுத்திக் கொண்டு அந்தப் பெண்ணை ஏறிட்டார்.

"யாரும்மா நீ..?"

"ஸார்... என் பேர் மாதுரி... நான் உடனடியாய் இன்ஸ்பெக்டரைப் பார்க்கணும்..!"

"என்ன விஷயம்..?"

"சொல்றேன் ஸார்... இன்ஸ்பெக்டர் இல்லையா?"

"இருக்கார்ம்மா..." - வேலாயுதம் சொல்லிக் கொண்டிருக்கும் போதே இன்ஸ்பெக்டர் சசிகுமார் அறையினின்றும் வெளியே வந்தார்.

"சொல்லும்மா... என்ன விஷயம்..?"

மாதுரி பரபரத்தாள்.

"ஸார்... நீங்க உடனே புறப்பட்டு என்கூட வரணும்... கொஞ்சம் லேட் பண்ணினாலும் அந்த ஆள் தப்பிச்சுட்டு போயிடுவான்."

"தப்பிச்சுட்டு போயிடுவானா? விஷயத்தை சொல்லாமே எப்படிம்மா உன்கூட புறப்பட்டு வர முடியும்..?"

"ஸார்... நான் மஹாராணி அவென்யூவில் இருக்கேன். ஏழாவது க்ராஸ்ல ரெண்டாவது வீடு. என் பேரு மாதுரி. ஒரு தனியார் வங்கியில வேலை பார்த்துக்கிட்டு இருக்கேன். நான் இருக்கிற ஏரியால வீடு நிறைய இல்லை... என் வீட்டுக்கு

எதிரே ஒரு நாலைஞ்சு வீடுதான் இருக்கும்... அதுல ஒரு வீட்ல இளமாறன்னு ஒருத்தன் இருக்கான். வயசு நாப்பது இருக்கும். அவன் அங்கே குடி வந்து ஆறுமாசம்தான் இருக்கும். காலையில் எட்டு மணிக்கெல்லாம் புறப்பட்டு போயிடுவான். சனி ஞாயிறுல ஒரு பொண்ணு வந்திட்டு போவா. இன்னிக்கும் ராத்திரி ஒன்பது மணி சுமார்க்கு அந்தப் பொண்ணு வந்ததை நான் சமையலறை ஜன்னல் வழியாய் பார்த்தேன்."

சசிகுமார் பொறுமையின்றி குறுக்கிட்டார். "சீக்கிரம் விஷயத்துக்கு வாம்மா..."

"நான் பதினோரு மணிக்கு டிவில சினிமா பார்த்துட்டு இருக்கும்போதே திடீர்னு எதிர்வீட்ல இளமாறனோட பேசுற சத்தம் பெரிசா கேட்டது. அந்தப் பொண்ணும் சத்தம் போட - ரெண்டு பேர்க்கும் பெரிய அளவுல வாக்குவாதம். நான் ஜன்னல் வழியா அந்த வீட்ல என்ன நடக்குதுன்னு பார்த்தேன். ரெண்டு பேரும் ஒருமணி நேரத்துக்கும் மேலாய் ஒருத்தரை ஒருத்தர் திட்டிக்கிட்டும், தள்ளிவிட்டுகிட்டும், சண்டை போட்டுகிட்டும் இருந்தாங்க. நான் பார்த்துகிட்டு இருக்கும்போதே அந்த இளமாறன் கையில அரிவாளை எடுத்தான். கொஞ்ச நேரத்துல அந்தப் பொண்ணு அலர்ற சத்தம்..."

"வெட்டிட்டானா..?"

"அப்படித்தான் தெரிஞ்சது. ஏன்னா, அதுக்கப்பறம் அவளோட சத்தம் கேட்கலை... ஆனா வீட்டுக்குள்ளே அவனோட நடமாட்டம் இருந்தது. எனக்கு என்ன பண்றதுன்னு தெரியலை... அதான் இங்கே தகவல் கொடுக்க வந்தேன்."

"என்னம்மா நீ... பார்க்கிறதுக்குப் படிச்ச பொண்ணாட்டம் இருக்கே. பேங்க்ல வேலை பார்க்கிறதா சொல்றே... அந்த இளமாறன் கையில் அரிவாளை எடுத்ததுமே போலீஸுக்கு போன் பண்ணியிருக்கலாமே... இல்லேன்னா அக்கம் பக்கத்துல இருக்கிற வீடுகளுக்குத் தகவல் கொடுத்து என்னான்னு போய்ப் பார்த்து இருக்கலாமே..!"

“சொன்னேனே ஸார்... நான் இருக்கிறது ரொம்பவும் ரிமோட் ஏரியா. அக்கம்பக்கத்துல இப்பத்தான் வீடுங்க கட்டிகிட்டு இருக்காங்க. என்னோட வீட்டுக்கு எதிர்ல நாலைஞ்சு வீடு இருந்தாலும், யாரும் அங்கே குடி வரலை. அடுத்த வாரத்துல ரெண்டு குடும்பம் அங்கே குடிவரப் போறதாய் அந்த வீட்டுக்காரங்க சொல்லியிருக்காங்க...”

“இந்த விஷயத்தை சொல்றதுக்கு இந்த ராத்திரி நேரத்துல தனியா வந்திருக்கியே... உன் வீட்ல வேற யாரும் இல்லையா..?”

அந்தப் பெண் மாதுரி எரிச்சலாகி குரலை உயர்த்தினாள்.

“ஸார்... நீங்க மொதல்ல கிளம்பி என்கூட வாங்க. என்னோட ஸ்கூட்டி வேணும்னா இங்கே இருக்கட்டும். நானும் உங்க கூடவே ஜீப்ல வர்றேன். ஜீப்ல போகும் போது நீங்க கேட்கற கேள்விக்கெல்லாம் பதில் சொல்றேன். அந்த இளமாறன் தப்பிச்சுட்டு போயிடக்கூடாது ஸார்.”

இன்ஸ்பெக்டர் சசிகுமார் கான்ஸ்டபிளிடம் திரும்பினார்.

“வேலாயுதம்... டீயை ப்ளாஸ்கிலேயே ஊத்தி வெச்சுடுங்க. நான் அப்புறமா வந்து சாப்பிட்டுக்கிறேன். ஸ்டேஷன்ல ரெண்டு பேர் மட்டும் இருக்கட்டும். மத்தவங்க என்கூட வாங்க...”

“எஸ்... ஸார்...”

சசிகுமார் போலீஸ் ஸ்டேஷனை விட்டு சற்றுத் தள்ளி நின்றிருந்த ஜீப்புக்குப் போக, மாதுரியும் பின் தொடர்ந்து போனாள்.

அடுத்த இரண்டு நிமிடங்களில் ஜீப் பிரகாசமான ஹெட்லைட் வெளிச்சத்தோடு விரைந்தது.

ஜீப்பின் முன்னிருக்கையில் சசிகுமாரும், பின் இருக்கையில் மாதுரியும், அதற்கடுத்த இருக்கைகளில் மூன்று கான்ஸ்டபிள்களும் நிரம்பியிருக்க - ஜீப் பிரதான சாலைக்கு வந்து வேகம் எடுத்தது.

சசிகுமார் கேட்டார்.

"இப்ப சொல்லும்மா... உன்னோட வீட்ல வேற யாரும் இல்லையா?"

"இல்ல ஸார்... நான் மட்டும்தான்..!"

"என்னம்மா இது... அந்த ஏரியாவே ரொம்பவும் ரிமோட்ன்னு சொல்றே... அக்கம் பக்கத்துல யாரும் இல்லைன்னும் சொல்றே. ஒரு வயசுப் பொண்ணு நீ. உன்னால எப்படி அந்த ஏரியாவில் பாதுகாப்பா இருக்க முடியும்?"

"ஸார்... ரெண்டு வாரத்துக்கு முன்னாடி வரை என்கூட வேலை பார்க்கிற சரண்யா இருந்தா... என் வீட்டுக்கு எதிரே இருந்த நாலு வீடுல ரெண்டு வீட்ல கேரளாவைச் சேர்ந்த ஃபேமிலி தங்கியிருந்தாங்க. அவங்க இருந்த வரைக்கும் அந்த ஏரியாவே ரொம்பவும் கலகலப்பா இருந்தது. போன மாசம் ஒரு குடும்பம் துபாய் போயிட்டாங்க. இன்னொரு குடும்பம் கேரளாவுக்கே குடி போயிட்டாங்க. அதுக்கப்புறம்தான் எனக்கும் என்கூட தங்கியிருந்த சரண்யாவுக்கும் அந்த ஏரியா ரொம்பவும் அந்நியமாய் இருந்தது. ஏதாவது ஏரியாவுக்கு போயிடலாம்ன்னு பேசிட்டு இருந்தோம். பேசின ரெண்டு நாளைக்குள்ளேயே சரண்யாவுக்கு ட்ரான்ஸ்ஃபர் ஆர்டர் வந்து அவ வேலூர் புறப்பட்டுப் போயிட்டா... நானும் உடனடியா வேற வீடு பார்க்கச் சொல்லி எனக்குத் தெரிஞ்ச புரோக்கர்கிட்டே சொல்லிட்டேன். புரோக்கரும் மும்முரமாய் வீடு பார்த்துட்டு இருந்த இந்த நேரத்துலதான் இப்படி ஒரு சம்பவம் நடந்தது..."

"உனக்கு சொந்த ஊரு எது?"

"திருவெண்காடு ஸார்."

"திருவெண்காடுன்னா... கும்பகோணத்துக்குப் பக்கத்துல இருக்கிற அந்த ஊரா?"

"அதே ஊர்தான். அம்மாவும் அப்பாவும் அந்த ஊர்லதான் இருக்காங்க. பேங்க் இன்டர்வியூல செலக்ட் ஆனதும்

பண்ணினதும் இங்கே போஸ்டிங் போட்டுட்டாங்க... ஒரு ரெண்டு வருஷத்துக்கு சென்னையில் இருந்தாத்தான் ட்ரான்ஸ்ஃபர் கேட்க முடியும் ஸார்..!"

"சீக்கிரமா வேற ஏரியால வீடு பாரும்மா... இன்னிக்கு நாடு இருக்கிற நிலைமையில் ஒரு பொண்ணு தனியா வீட்ல இருக்கறது கஷ்டம். பாதுகாப்பான வீடு கிடைக்கலைன்னா லேடீஸ் ஹாஸ்டலுக்குப் போயிடு. நான் வேணும்னா ஏற்பாடு பண்ணட்டுமா?"

"தேங்க்யூ ஸார்..."

ஜீப் இப்போது நெடுஞ்சாலையில் வேகமாய்ப் போய்க் கொண்டிருக்க சசிகுமார் சில விநாடிகள் மௌனமாய் இருந்துவிட்டு கேட்டார்.

"அந்த இளமாறன் இப்போ வீட்லதான் இருப்பானா?"

"தெரியலை ஸார். நான் வீட்டை விட்டு கிளம்பினப்ப இருந்தான்."

"நீ ஸ்கூட்டியில் புறப்பட்டு வந்ததைப் பார்த்தானா?"

"பார்க்கலை ஸார்."

"அவன் பார்க்கலைன்னு உனக்கு எப்படி தெரியும்?"

"இந்தக் கேள்விக்கு என்ன பதில் சொல்றதுன்னு எனக்குத் தெரியலை ஸார். அந்த இளமாறன் என்னைப் பார்த்து இருக்கமாட்டான்னு நினைக்கிறேன்."

"சரி... அந்த இளமாறன் உன்கிட்டே பேசுவானா?"

"என்னிக்காவது பார்க்கும்போது ஒரு 'ஹலோ' சொல்றதோட சரி..."

"இளமாறன் வீட்டுக்கு வர்ற பொண்ணுகூட நீ பேசியிருக்கியாம்மா?"

"இல்ல ஸார்."

"அவளுக்கு என்ன வயசு இருக்கும்?"

"முப்பதிலிருந்து முப்பத்தஞ்சுக்குள்ளே இருக்கும் ஸார்."

"ரெண்டு பேரும் கணவன் மனைவியா?"

"தெரியலை ஸார்."

இன்ஸ்பெக்டர் சசிகுமார் ஜீப்பை ஓட்டிக் கொண்டிருந்த ட்ரைவர் பக்கம் திரும்பினார்.

"ஜோதிவேல்... வேகம் போதாது. ஜீப்பை விரட்டு. அந்த இளமாறனை மடக்கியே ஆகணும்..!"

"எஸ் ஸார்..."

எண்பதில் பயணித்துக் கொண்டிருந்த ஜீப் இப்போது நூறுக்குத் தாவ, ஸ்பீடா மீட்டரில் முள் தத்தளித்தது.

2

அடுத்த பதினைந்தாவது நிமிட பயண முடிவில் மகாராணி அவென்யூ இருட்டில் ஒரே பொட்டல்காடாய் தெரிய, ஆங்காங்கே கட்டப்பட்டு இருந்த வீடுகள் முடிந்தும் முடியாத நிலையில் காட்சியளித்தன.

இன்ஸ்பெக்டர் கேட்டார்.

“உள்ளே இன்னமும் எவ்வளவு தூரம் போகணும்?”

“அதோ... வலது பக்கமா ஒரு ரோடு திரும்புதே... அந்த வழியா போகணும் ஸார்” மாதுரி சொல்ல, ஜீப் அந்த மண்பாதையில் தடுமாற்றமாய் பயணித்து ஹெட்லைட் வெளிச்சத்தோடு வலது பக்கமாய் திரும்பியது.

“ஏரியா ரொம்பவும் ரிமோட்டா இருக்கே! இது மாதிரியான இடத்தில் எல்லாம் ஏம்மா வீடு எடுத்து தங்கறீங்க...? நல்ல ரோடு கிடையாது. ஸ்ட்ரீட் லைட் இல்லை...”

“நாளைக்கே ஏதாவது ஒரு ஹாஸ்டலுக்கு போயிடறேன் ஸார்...”

“மொதல்ல அந்த வேலையைப் பண்ணும்மா.”

“ஸார்... என்னோட வீடு வந்தாச்சு... அதோ லெஃப்ட்ல வேப்பமரத்தோட ஒரு வீடு தெரியுதே - அதுதான்.”

ஜீப் அந்த வீட்டு வாசலில் போய் நின்று ஹெட்லைட்டுகளை அணைத்து, என்ஜினின் மெலிதான இரைச்சலையும் நிறுத்திக் கொண்டது.

சசிகுமார் எதிர்வீட்டை சுட்டிக் காட்டியபடி கேட்டார்:

“அந்த வீடா?”

“ஆமா... ஸார்...”

“நீயும்கூட வாம்மா..!”

“எனக்கு பயமாயிருக்கு ஸார்.”

“நாங்க இருக்கும்போது என்னம்மா பயம்? தைரியமா வா.”

இன்ஸ்பெக்டர் சசிகுமார் சொல்லிக்கொண்டே எதிர்வீட்டை நோக்கி நடக்க ஆரம்பித்துவிட, மாதுரி அந்தக் குளிரிலும் வியர்த்த முகத்தோடு பின் தொடர்ந்தாள்.

எல்லோருமாய் ரோட்டைக் கடந்து அந்த வீட்டுக்கு முன் இருந்த சிறிய காம்பௌண்ட் கேட்டுக்கு முன்பாய் நின்றார்கள்.

இன்ஸ்பெக்டர் தனக்குப் பக்கத்தில் இருந்த கான்ஸ்டபிளிடம் குரலைத் தாழ்த்தினார்.

“சுப்புராஜ்... நீயும் தனகோடியும் வீட்டுக்குப் பின் பக்கமாய் நில்லுங்க.”

“எஸ்... ஸார்...”

கான்ஸ்டபிள்களில் இரண்டு பேர் இருட்டில் தெரிந்த சோகையான வெளிச்சத்தின் உதவியோடு குற்றுச் செடிகள் மண்டிய வழியில் நடந்து பின்பக்கத்தை நோக்கிப் போக, இன்ஸ்பெக்டர் வீட்டின் படிகளில் ஏறி கதவைத் தள்ளினார். மாதுரி பின்பக்கம் இருந்து குரல் கொடுத்தாள்:

“ஸார்... வீடு பூட்டியிருக்கு.”

பூட்டை இழுத்துப் பார்த்தார் இன்ஸ்பெக்டர்.

“ஆள் வெளியே போயிட்டான் போலிருக்கு!”

கான்ஸ்டபிள் சொன்னார்.

“ஸார்... இந்த சைடுல ஜன்னல் ஒண்ணு திறந்திருக்கு!”

இன்ஸ்பெக்டர் ஜன்னலுக்குப் பக்கமாய்ப் போய் நின்று வீட்டுக்குள் எட்டிப்பார்த்தார். உள்ளே இருட்டு கொட்டப்பட்டு - பரப்பி வைத்த கறுப்புத்துணி போல் தெரிந்தது. தன்னுடைய செல்போனை எடுத்து டார்ச்சை உயிர்ப்பித்துக் கொண்டு அதனுடைய வெளிச்சத்தை உள்ளே அனுப்பி இருட்டைக் கழுவினார்.

பொருள்கள் பார்வைக்குத் தட்டுப்பட ஆரம்பித்தன.

டி.வி, கட்டில், கொடிக் கயிற்றில் தொங்கிய துணிமணிகள், கீழே இறைந்து கிடந்த செய்தித்தாள்கள், சுவரோரமாய் உருண்டு கிடந்த இரண்டு டம்ளர்கள், உடைந்த ஒரு பீங்கான் தட்டு, சிதறிக் கிடந்த வளையல் துண்டுகள், உதிரி மல்லிப்பூக்கள்.

இன்ஸ்பெக்டர் மாதுரியிடம் திரும்பினார்.

"நீ சொன்னது உண்மைதாம்மா... வீட்டுக்குள்ளே ஒரு கை கலப்பு நடந்திருக்கும் போல..."

இன்ஸ்பெக்டர்க்குப் பின்னால் நின்றபடி உள்ளே எட்டிப் பார்த்துக் கொண்டிருந்த மாதுரி பயக்குரலில் சொன்னாள்:

"ஸார்... அந்த டி.விக்கு வலது பக்கம் இருக்கிற சுவரைப் பாருங்க..."

பார்த்தார்.

அந்தப் பகுதி முழுவதும் சிவப்பாய் சின்னச் சின்ன புள்ளிகள். சில புள்ளிகள் வழிந்து சிறிய கோடுகளாய் மாறியிருந்தது.

"ரத்தம் மாதிரி தெரியுது ஸார்..!"

"ரத்தமேதான்..." என்று சொன்னவர் பின்வாங்கி திரும்பிப் பார்த்து, "சுப்புராஜ்..!" என்று குரல் கொடுத்தார்.

"ஸார்..." வீட்டின் பின்பக்க இருட்டில் நின்றிருந்த இன்ஸ்பெக்டரை நோக்கி கான்ஸ்டபிள் ஓடிவந்தார்.

"வீட்டோட பூட்டை உடைங்க!"

அடுத்த சில நிமிடங்களில் வீட்டின் பூட்டு அடித்து உடைக்கப்பட்டு தெறித்து விழ, இன்ஸ்பெக்டர் சசிகுமார் உள்ளே போனார். மாதுரி பின்தொடர்ந்தாள். கான்ஸ்டபிள் உள்ளே வந்து சுவரில் இருந்த ஸ்விட்சைத் தேடி அழுத்த ட்யூப்லைட் ஒன்று உயிர் பிடித்துக்கொண்டு அறையை வெளிச்சத்தில் நிரப்பியது. இப்போது அறை அலங்கோலமாய் தெரிந்தது. சமையலறைக்குள் பாத்திரங்கள் உருண்டு கிடந்தன.

மாதுரியை ஏறிட்டார்.

“நீ சொன்ன மாதிரியே இளமாறனுக்கும் அந்தப் பொண்ணுக்கும் இடையில் ஒரு யுத்தமே நடந்து இருக்கு. ஆனா ரெண்டு பேருமே இப்ப வீட்ல இல்ல... இளமாறன்... அந்தப் பொண்ணை அரிவாளால வெட்டியிருந்தா அவளோட உடம்பு இந்த வீட்ல இருந்து இருக்கணுமே...”

“ஸார்... அவளை வெட்டறதுக்காக இளமாறன் கையில அரிவாளை எடுத்ததை நான் பார்த்தேன்.”

“வெட்டினதைப் பார்த்தியா?”

“சொன்னேனே ஸார்... இல்லைனு... ஆனா அவன் கண்டிப்பா வெட்டியிருப்பான். அப்படி வெட்டினதாலத்தான் அந்த சுவர் பூராவும் ரத்தம் தெறிச்சு புள்ளிகளாய் விழுந்திருக்கு..!”

கான்ஸ்டபிள்களில் ஒருவர் குறுக்கிட்டார்.

“ஸார்... சுவர்ல தெறிச்சிருக்கிற ரத்தத்தை வெச்சுப் பார்க்கும்போது கண்டிப்பா கொலைச் சம்பவம் நடந்து இருக்கணும். அந்தப் பொண்ணோட டெட்பாடியை டிஸ்போஸ் பண்றதுக்காக இளமாறன் வெளியே கிளம்பிப் போயிருக்கலாம். எதுக்கும் கண்ட்ரோல் ரூமுக்கு தகவல் கொடுத்து பேட்ரோலிங் விங்குக்கு தெரியப்படுத்தலாமே ஸார்..!”

“அதுவும் சரிதான்... நீ போய் ஜீப்ல இருக்கிற வயர்லஸ் மூலமா சி.ஆர்க்கு தகவல் குடுத்துட்டு வா... நான் அதுக்குள்ளே ஸீன் ஆஃப் க்ரைம் (எஸ்.ஓ.சி) பார்த்துடறேன்..!”

"எஸ்... ஸார்..." என்று சொல்லி அவர் தலையாட்டிவிட்டுப் போக - சசிகுமார் ரத்தப் புள்ளிகள் தெரிந்த அந்தச் சுவரைப் பார்த்துவிட்டு அடுத்த அறைக்குள் நுழைந்தார்.

படுக்கையறை என்பது பார்த்த மாத்திரத்திலேயே தெரிந்தது. மடித்து வைக்காத போர்வை குவியலாய் தெரிய, அதற்குச் சற்றுத்தள்ளி ஒரு நாளிதழின் தாள்கள் தனித்தனியே கிடந்தது.

தாள்களை அசுவாரசியமாய் தள்ளியவர் ஒரு தாளைத் தள்ளியபோது பார்வை கூர்மையாயிற்று. தாளின் ஒரு ஓரத்தில் கிறுக்கலாய் எழுதப்பட்ட எண்கள் தெரிந்தன. எண்ணினார்.

மொத்தம் 10 எண்கள்.

'இது ஏன் ஒரு செல்போன் எண்ணாய் இருக்கக்கூடாது? இளமாறன் யாருடைய செல்போன் நெம்பரையாவது இப்படி குறித்து வைத்து இருக்கலாம்.'

சசிகுமார் அந்த செல்போன் எண்ணைப் பார்த்தபடி தன்னுடைய செல்போனில் டயல் செய்தார்.

உடனே மறுமுனையில் ரிங் போயிற்று. பத்து விநாடிகள் ரிங் போனபிறகு ஒரு ஆண் குரல் கேட்டது.

"யாரு..?"

"நீங்க யாரு?"

"போன் பண்ணினது நீங்கதான். யார்ன்னு நீங்கதான் சொல்லணும்!"

"போலீஸ்"

"போ... போ... போலீஸ்?" மறுனையின் குரலில் தடுமாற்றம்.

"எஸ்... இன்ஸ்பெக்டர் சசிகுமார் பேசிட்டிருக்கேன். இப்ப நான் டயல் பண்ணியிருக்கிற நெம்பர் உங்களோடதுதானே?"

"ஆமா ஸார்."

“உங்க பேர் என்ன..?”

“குருபரன் ஸார்.”

“சென்னையா?”

“ஆமா ஸார்.”

“எந்த ஏரியா..?”

“வானகரம் ஸார்.”

“வேலைக்குப் போறீங்களா... இல்லை பிசினஸா?”

“சொல்றேன். நீங்க என்ன பண்ணிட்டு இருக்கீங்க..?”

“ஸார்... நான் சினிமா இண்டஸ்ட்ரில இருக்கேன். ஃபிலிம் ப்ரொட்யூசர்...”

“சரி... இளமாறனை உங்களுக்குத் தெரியுமா?”

“.........”

“என்ன பேச்சையே காணோம்?”

“யோசனை பண்ணிட்டிருக்கேன் ஸார்.”

“என்ன யோசனை..?”

“இல்லை ஸார்... ரெண்டு நாளைக்கு முன்னாடி இளமாறன்னு ஒருத்தர் வந்து என்னைப் பார்த்தார். நீங்க கேட்கிறது அந்த இளமாறன்தானான்னு யோசனை பண்ணிட்டிருக்கேன்.”

“உங்களை வந்து பார்த்த இளமாறன் சென்னையில் எந்த ஏரியான்னு சொன்னார்?”

“மகாராணி அவென்யூ.”

“அதே இளமாறன்தான்... அவர் எதுக்காக உங்களை வந்து பார்த்தார்?”

“சினிமாவுக்கு பாட்டு எழுத வாய்ப்பு கேட்டார் ஸார்.”

“அவரை எத்தனை நாளா உங்களுக்குத் தெரியும்?”

“ரெண்டு நாளைக்கு முன்னாடிதான் அவரை நான் முதன்முதலாப் பார்த்தேன். நான் காரிலிருந்து இறங்கும்போதே

என்னோட ஆபீஸ் வாசற்படியில் காத்திட்டிருந்தார். என்கிட்ட பேச விரும்பறதாய் சொன்னார். நான் என்ன விஷயம்ன்னு கேட்டேன். அதுக்கு அவர், 'ஸார்... என்னோட பேர் இளமாறன். இதுவரை நாலு படங்களுக்கு பாட்டு எழுதியிருக்கேன். இப்ப நீங்க எடுக்கப் போற படத்துக்கு பாட்டு எழுத வாய்ப்பு கொடுக்கணும்'ன்னு கேட்டார். நான் அதுக்கு அவர் எந்த ஊர், எங்கே தங்கியிருக்கேனு கேட்டுட்டு 'ஒரு வாரம் கழிச்சு வா... ஊருக்குப் போயிருக்கிற டைரக்டர் வந்துடுவார். அவர்கிட்டே பேசு'ன்னு சொல்லிட்டு நான் போயிட்டேன்."

"அந்த இளமாறன்கிட்டே அவ்வளவுதான் பேசினீங்களா?"

"ஆமா ஸார்... மீறி மீறிப் போனா ரெண்டு நிமிஷம் பேசியிருப்பேன். ஏன் ஸார்..? எதுக்காக இந்த விசாரணை..? பிரச்னை ஏதாவது பண்ணிட்டானா..?"

"பிரச்னையே அவன்தான்."

"நீங்க சொல்றது எனக்குப் புரியலை ஸார்."

"உங்க பேர் என்ன சொன்னீங்க?"

"குருபரன் ஸார்."

"இதோ பாருங்க குருபரன்... இப்ப நான் அவன் வீட்டிலிருந்துதான் பேசிட்டிருக்கேன். அவன் பேர்ல ஒரு புகார் வந்துருக்கு. அதை விசாரிக்கிறதுக்காக வந்தோம். அதுக்குள்ள வீட்டைப் பூட்டிகிட்டு வெளியே போயிட்டான். ஒரு மணி நேரத்துக்கு முன்னாடி இந்த வீட்ல அவனுக்கும் ஒரு பொண்ணுக்கும் கடுமையான வாக்குவாதம் நடந்திருக்கு. ஒரு கட்டத்துல இளமாறன் அந்தப் பொண்ணை வெட்டறதுக்காக கையில் அரிவாளை எடுத்திருக்கான். இதைப் பார்த்துட்ட ஒருத்தர் போலீஸ் ஸ்டேஷனுக்கு வந்து புகார் கொடுத்ததின் பேர்ல நாங்க இங்கே வந்தோம். ஆனா வீடு பூட்டியிருந்தது. பூட்டை உடைச்சுகிட்டு வீட்டுக்குள்ளே போனோம். வீட்டுச் சாமான்கள் எல்லாம் இறைஞ்சு கிடந்தது. சுவர்ல ரத்தம்

தெறிச்சு புள்ளிகளாய் பரவியிருக்கு... வீட்டுக்குள்ளே அந்த இளமாறனும் இல்லை. அந்தப் பொண்ணும் இல்லை."

குருபரன் இடைமறித்து பதட்டக் குரலில் கேட்டார்.

"அவன் அந்தப் பொண்ணைக் கொன்னுட்டானா ஸார்?"

"தெரியலை... ரெண்டு பேருமே வீட்ல இல்லாததினால என்ன நடந்து இருக்கும்ன்னு ஒரே குழப்பமாய் இருக்கு... ஒரு நியூஸ் பேப்பரோட தாள் ஓரத்தில் ஒரு செல்போன் நெம்பர் எழுதியிருந்தது. அது என்னோட பார்வைக்குப் படவே அந்த நெம்பரை நோட் பண்ணி போன் பண்ணினேன். அந்த லைன்ல நீங்க வந்தீங்க. உங்க போன் நெம்பரை யாரோ அவனுக்கு சொல்லப் போக, அவன் அதை கைக்கு கிடைச்ச நியூஸ் பேப்பரோட தாளில் குறிச்சு வெச்சிருக்கணும்ன்னு நான் நினைக்கிறேன். உங்க நெம்பரை அவனுக்கு யார் கொடுத்து இருப்பாங்கன்னு நினைக்கறீங்க?"

"தெரியலை ஸார்."

"எடுத்த எடுப்பிலேயே தெரியலைன்னு சொல்லாதீங்க. கொஞ்சம் நிதானமா யோசனை பண்ணிப் பாருங்க... நீங்க எடுக்கப் போற சினிமாவுக்கு பாட்டு எழுதறதைப்பத்தி ரெண்டு நாளைக்கு முன்னாடி உங்களுக்குத் தெரிஞ்ச நண்பர்கள் யார்கிட்டேயாவது பேசிட்டு இருந்தீங்களா..?"

மறுமுனையில் மௌனம்.

"என்ன குருபரன்... சைலண்ட் ஆயிட்டீங்க?"

"ஸார்... நீங்க இப்படியொரு கேள்வியைக் கேட்ட பின்னாடிதான் எனக்கு ஞாபகம் வருது."

"ம்...! சொல்லுங்க."

"ரெண்டு நாளைக்கு முன்னாடி காஸ்மாபாலிடன் கிளப் பார்ல உட்கார்ந்து நானும் இன்னும் நாலைஞ்சு ப்ரொட்யூஸர்ஸூம் இப்ப இருக்கிற சினி இண்டஸ்ட்ரியைப் பத்தி பேசிட்டிருந்தோம். அந்த சமயத்துல 'புதுசா பாட்டு

எழுத வர்றவங்க திறமைசாலிகளாய் இருக்காங்க... அவங்களை தயாரிப்பாளர்களும், டைரக்டர்களும் உபயோகப்படுத்திக்கணும். அப்பத்தான் திறமையான இளம் சினிமா கவிஞர்கள் நமக்குக் கிடைப்பாங்க'ன்னு எனக்குப் பக்கத்தில் உட்கார்ந்திருந்த விநாயகமூர்த்திங்கற ஒரு படத்தயாரிப்பாளர் சொன்னார். ஃபீல்ட்ல பிரபலமாய் இருக்கிற சினிமா கவிஞர்கள் ஒரு பாட்டு எழுத லட்ச ரூபாய் கேக்கிறாங்க... அவங்களுக்குக் கொடுக்கற பணத்துல பத்துல ஒரு பங்கு கொடுத்தாலே போதும், ஒரு புது பாடலாசிரியர்கிட்டேயிருந்து அருமையான பாட்டு கிடைக்கும்னு பஞ்சலிங்கம்ங்கற ஒரு ப்ரொட்யூஸர் சொன்னார். நான் இப்ப சினிமாப்படம் எடுத்துட்டு இருக்கிறதால அந்த ரெண்டு ப்ரொட்யூஸர்ஸ்ல யாராவது ஒருத்தர்தான் என்னோட செல்ஃபோன் நெம்பரை நீங்க சொல்ற அந்த இளமாறனுக்கு கொடுத்து இருக்கணும்னு நான் நினைக்கிறேன்."

"அவங்க ரெண்டு பேரோட செல்போன் நெம்பர்ஸையும் சொல்லுங்க...!"

"தர்றேன் ஸார்... நோட் பண்ணிக்கிறீங்களா?"

3

அஸிஸ்டண்ட் போலீஸ் கமிஷனர் வின்சென்ட் கையில் வைத்து இருந்த கேஸ் ஃபைலைப் புரட்டிக் கொண்டே எதிரில் உட்கார்ந்திருந்த இன்ஸ்பெக்டர் சசிகுமாரிடம் கேட்டார்:

“ரெண்டு பேர்ல யாரை மொதல்ல பார்த்தீங்க?”

“பஞ்சலிங்கம் ஸார். விநாயகமூர்த்தி ஒரு வெளிநாட்டு படப்பிடிப்பில இருக்கார். போன்ல காண்டாக்ட் பண்ணிப் பார்த்தேன். ஏதோ ஒரு ரிமோட் ப்ளேஸ்ல இருக்கார் போலிருக்கு. ரீச் ஆகலை.”

“சரி... பஞ்சலிங்கம் என்ன சொன்னார்?”

“இளமாறனைக் கடந்த ரெண்டு வருஷகாலமாய்த்தான் தெரியும்ன்னு சொன்னார். ஆரம்பத்துல சினிமால நடிக்கணும்ன்னுதான் ஊரைவிட்டு சென்னைக்கு வந்திருக்கான். நடிக்க வாய்ப்பு கிடைக்காம, பாட்டு எழுத ஆரம்பிச்சானாம். வாரத்துல ரெண்டு தடவையாவது அவரோட ஆபீஸுக்கு வந்து சான்ஸ் கேட்பானாம்.”

“அவன் எந்த ஊருன்னு கேட்டீங்களா?”

“கேட்டேன் ஸார்... கன்னியாகுமரிக்குப் பக்கத்துல ஏதோ கிராமமாம். கிராமத்தோட பேர் ஞாபகமில்லைன்னு சொன்னார். தனக்கு கல்யாணமாயிட்டதா சொல்லியிருக்கான். படத்தயாரிப்பாளர் விநாயகமூர்த்தி மூலமாத்தான் பஞ்சலிங்கத்துக்கு இளமாறனைத் தெரியுமாம்.”

“அப்படீன்னா விநாயகமூர்த்திக்குத்தான் இளமாறனைப் பத்தின முழு விபரங்கள் தெரியும்.”

“ஆமா ஸார்.”

“சம்பவம் நடந்து நாலுநாள் ஆயிடுச்சு. இளமாறனையும் கண்டுபிடிக்க முடியலை. அந்தப் பொண்ணுக்கும் என்னாச்சுன்னு தெரியலை... அந்த விநாயகமூர்த்திகிட்டே கடைசியா எப்ப பேசினீங்க?”

“ஒரு மணி நேரத்துக்கு முன்னாடி கூட ட்ரை பண்ணிப் பார்த்தேன் ஸார். ஸ்டில் நாட் ரீச்சபிள்..!”

“அவரோட செல்போன் நெம்பரை சைபர் க்ரைம் ப்ராஞ்சுக்கு கொடுத்து ட்ரை பண்ணச் சொல்லுங்க.”

“ஆல்ரெடி கொடுத்துட்டேன் ஸார்.”

இன்ஸ்பெக்டர் சசிகுமார் சொல்லிக் கொண்டிருக்கும் போதே ஏ.ஸியின் மேஜையோரமாய் இருந்த இண்ட்டர்காம் மெலிதாய் குரல் எழுப்பியது.

ரிஸீவரை எடுத்து காதுக்கு கொடுத்து, “எஸ்..?” என்று சொல்லி மறுமுனையில் ஒலித்த பேச்சுக்குரலை உன்னிப்பாய் கேட்க ஆரம்பித்தார். அடுத்த சில விநாடிகளில் அவருடைய முகம் இயல்பான நிறத்தை தொலைத்துவிட்டு லேசாய் கறுத்தது. மேலும் இரண்டு நிமிடங்கள் மறுமுனை பேச்சை செவிமடுத்துவிட்டு எழுந்தார். இன்ஸ்பெக்டரைப் பார்த்துச் சொன்னார்.

“வாங்க போலாம்!”

“எங்கே ஸார்..?”

“இளமாறனோட நாலு நாளைக்கு முன்னாடி காணாமப் போன பொண்ணு கிடைச்சுட்டா...”

“எப்படி ஸார்...?”

“தெரியலை... இது ஓ.எம்.ஆர் கண்ட்ரோல் ரூம்ல இருந்து வந்த செய்தி.”

அஸிஸ்டண்ட் கமிஷனர் வின்செண்ட் அறையை விட்டு வெளியேறி வேகமாய் நடக்க ஆரம்பித்து விட - இன்ஸ்பெக்டர் சசிகுமார் அவருடைய வேகத்துக்கு ஈடுகொடுத்து நடந்தார்.

இருவரும் கட்டிடத்துக்கு வெளியே வந்து காத்திருந்த ஜீப்பில் ஏறினார்கள்.

நாற்பது நிமிஷப் பயணம்.

பழைய மகாபலிபுரம் ரோட்டுக்கு வந்த ஜீப் மேலும் பத்து நிமிஷம் பயணம் செய்து முட்டுக்காடு பகுதிக்கு வந்து சவுக்குத் தோப்பு ஓரமாய் நின்றது. சாலையின் மறுபக்கம் ஒரு வேன் தெரிய - அதன் அருகே நின்றிருந்த இன்ஸ்பெக்டர் ஒருவர் ஓட்டமும் நடையுமாய் வந்து சல்யூட் வைத்தார்.

கமிஷனர் அவரை ஏறிட்டு சட்டை பாக்கெட் அருகே குத்தியிருந்த நேம் பேட்சை உன்னிப்பாய் பார்க்க, இன்ஸ்பெக்டர் சொன்னார்:

"ஸார்... அ'யாம் ஜெயப்பிரகாஷ்."

வின்செண்ட் கேட்டார்.

"எந்த இடம்...?"

"சவுக்குத் தோப்புக்குள்ளே இருநூறு மீட்டர் தூரம் உள்ளே போகணும் ஸார்... பாடி லேசா டீகம்போஸ்ட் ஸார்... ஃபாரன்ஸிக் பீப்பிள் வந்து ஃபார்மலின் தெளிச்சு எக்ஸ்டர்னல் பி.எம் பண்ணிட்டிருக்காங்க."

"வாங்க போலாம்."

சாலையினின்றும் சரிவாய் இறங்கிய மணலில் கால் பதித்து உள்ளே போனார்கள். அடர்த்தியான சவுக்குத் தோப்பு அந்த மத்தியான வெய்யிலுக்கு ஏ.ஸி போட்ட தினுசில் இருந்தது.

அஸிஸ்டண்ட் கமிஷனர் நடந்து கொண்டே கேட்டார்:

"இங்கே ஒரு பெண்ணோட பாடி புதைக்கப்பட்டிருக்கிற விஷயம் உங்களுக்கு எப்படி தெரிஞ்சது...?"

“இந்த சவுக்குமரத் தோப்புக்குள்ளே காலை நேரங்கள்ல காதல் ஜோடிங்க தனியா ஜாலியா இருக்க வர்றதும் போறதுமாய் இருக்கிறதா ஒரு வார காலமா புகார் வந்துட்டு இருந்தது ஸார். அந்தப் புகார் உண்மையா பொய்யான்னு தெரிஞ்சுக்கிறதுக்காக இன்னிக்குக் காலைல நானும் கான்ஸ்டபிள் டீமும் வந்தோம். ஆனா யாரும் கண்ணுலபடலை. அவங்க வந்துட்டு போனதுக்கு அடையாளமாய் காண்டம் பாக்கெட்ஸ், காலியான பீர்பாட்டில்களும் கண்ணுலபட்டது. இந்த தோப்பையே சுத்திகிட்டு ஒரு இடத்துக்கு வந்தப்ப மண்ணுக்கு வெளியே ஒரு சிவப்பு சேலையோட ஒரு பகுதி பார்டரோட தெரிஞ்சது.

அந்த சேலைத் துணுக்கு நைஞ்சு போகாமே புதுத்துணி மாதிரி இருந்ததால ஒரு கான்ஸ்டபிளை விட்டு அதைப் பார்க்கச் சொன்னேன். கான்ஸ்டபிள் அந்தச் சேலையைப் பிடிச்சு பலமாய் இழுக்கவும் கடல் மண் நெகிழ்ந்து போய், இரண்டடி நீளத்துக்கு சேலையும் மேலே வந்துருச்சு. அதுல திட்டுத்திட்டாய் தெரிஞ்ச கறைகளைப் பார்த்ததும் அது ரத்தக் கறைகளாய் இருக்குமோன்னு எனக்கு சந்தேகம் வந்தது. ஆட்களை வரவழைச்சு தோண்டச் சொன்னேன். ரெண்டடி ஆழம் தோண்டினதுமே ஒரு பொண்ணோட உடம்பு பார்வைக்கு கிடைச்சது. வெளியே எடுத்துப் போட்டோம்.”

இன்ஸ்பெக்டர் ஜெயப்பிரகாஷ் சொல்லிக் கொண்டிருக்கும் போதே இரண்டு நிமிஷ நடையில் அந்த இடம் வந்தது.

ஒரு பெண்ணின் உடல் சலனமின்றி தெரிய - காற்றில் ஃபார்மலின் நெடி. ஃபாரன்ஸிக் நபர்களின் நிதானமான செயல்பாடுகள். தொலைதூரத்தில் கடல் அலைகள் விட்டுவிட்டு சீறுவது துல்லியமாய் கேட்டது.

கமிஷனரைப் பார்த்ததும் ஃபாரன்ஸிக் அதிகாரிகள் சற்றே விறைத்து நின்று சல்யூட் அடித்துவிட்டு ஃபார்மாலிடீஸைத் தொடர்ந்தார்கள். ஒரு அதிகாரி மட்டும் கையில் ஒரு சிறு ஃபைலோடு வந்தார். சொன்னார்.

"ஸார்... எக்ஸ்டர்னல் போஸ்ட்மார்ட்டம் ரிப்போர்ட் ரெடி."

"குட்... ரிப்போர்ட் என்ன சொல்லுது?"

"கொலை செய்யப்பட்ட பொண்ணுக்கு முப்பது வயசு இருக்கலாம் ஸார். கழுத்துப் பகுதியில் ஒரு அரிவாள் வெட்டும், நடு முதுகில் ஆழமான ஒரு கத்திக்குத்தும் விழுந்ததால மரணம் ஏற்பட்டிருக்கு ஸார். பாடியோட டீ கம்போஸிங் ஸ்டேஜை வெச்சுப் பார்க்கும் போது சம்பவம் நடந்து 36 மணி நேரம் ஆகியிருக்கலாம் ஸார்."

கமிஷனரின் முகத்தில் அதிர்ச்சி பரவியது.

"அதாவது ஒன்றரை நாள்."

"எஸ் ஸார்."

கமிஷனரின் பார்வை இப்போது ஸ்லோமோஷனில் இன்ஸ்பெக்டர் சசிகுமாரின் பக்கம் திரும்பியது.

"இளமாறன் வீட்ல நாலு நாளைக்கு முன்னாடிதானே அவனுக்கும் ஒரு பொண்ணுக்கும் வாக்குவாதம் நடந்தது?"

"ஆமா ஸார்."

"ஆனா ஃபாரன்ஸிக் எக்ஸ்டர்னல் போஸ்ட்மார்ட்டம் ரிப்போர்ட்படி இந்தப் பொண்ணு இறந்து ஒன்றரைநாள்தானே ஆகியிருக்கு. அப்படீன்னா இளமாறன் வீட்டுக்கு வந்த பொண்ணு இவளா இருக்க முடியாது."

"இல்லை ஸார்... இந்தப் பொண்ணுதான்." இன்ஸ்பெக்டர் ஜெயப்பிரகாஷ் உறுதியான குரலில் சொல்ல கமிஷனரின் முகம் பெரியதொரு திகைப்புக்கு உட்பட்டது.

"எப்படி இவ்வளவு உறுதியா சொல்றீங்க?"

"இதை நான் சொல்லலை ஸார்."

"தென்..?"

"மாதுரி ஸார்."

“மாதுரியா..?” ஆச்சர்யக் குரலில் கேட்டுக்கொண்டே இன்ஸ்பெக்டர் முன்னால் வந்தார். “மாதுரி எப்படி இந்த இடத்துக்கு..? யார் கூட்டிட்டு வந்தாங்க?”

ஜெயப்பிரகாஷ் சசிகுமாரைப் பார்த்தபடி சொன்னார்.

“ஸார்... இந்த பாடி சவுக்குத் தோப்புல கிடைச்சதும் கண்ட்ரோல் ரூமுக்கு நான் தகவல் கொடுத்தேன். கண்ட்ரோல் ரூம்ல இருந்த ஆபீஸர், நாலு நாளைக்கு முன்னாடி காணாமப் போன இளமாறன் பத்தியும் ஒரு பொண்ணுப் பத்தியும் சொல்லி - கொலை செஞ்சு புதைக்கப்பட்டது யாருங்கறதைக் கண்டுபிடிக்க – மாதுரியை ஸ்பாட்டுக்குக் கூட்டிட்டுப் போறது ஒரு நல்ல நடவடிக்கையாய் இருக்கும்ன்னு சொல்லி அவங்களோட செல்போன் நெம்பரைக் கொடுத்தார். நான் உடனே அவங்களைக் காண்டாக்ட் பண்ணி இங்கே வரவழைச்சேன். அவங்க பாடியைப் பார்த்ததுமே ‘இளமாறனோட வீட்டுக்கு வாரத்துக்கு ஒரு தடவை வந்துட்டு போறது இந்தப் பொண்ணுதான்’னு சொன்னாங்க.”

சசிகுமார் சுற்றும் முற்றும் பார்த்துக் கொண்டே கேட்டார், “இப்ப மாதுரி எங்கே..?”

“வெளியே வேன்ல உட்கார்ந்துட்டிருக்காங்க ஸார். டெட்பாடியைப் பார்த்ததும் அவங்களுக்கு தலைச்சுத்திருச்சு. அப்படியே வாந்தி எடுத்துட்டாங்க.. கொஞ்ச நேரத்துல மயக்கம் ஆயிட்டாங்க... ஃபர்ஸ்ட் எய்ட் பண்ணி வேன்ல உட்கார்த்தி வெச்சுட்டோம்.”

அஸிஸ்டண்ட் கமிஷனர் சொன்னார்,

“நான் மாதுரியைப் பார்க்கணும்.”

“ப்ளீஸ் கம் ஸார்.”

இன்ஸ்பெக்டர் ஜெயப்பிரகாஷ் முன்னால் நடக்க வின்சென்ட்டும் சசிகுமாரும் அவரைப் பின்தொடர்ந்து ரோட்டோரத்தில் நின்றிருந்த வேனுக்கு வந்தார்கள். வேனின் முன்பக்கக் கதவைத் திறந்துகொண்டு உள்ளே ஏறிப் போனார்கள்.

4

போலீஸ் வேனுக்குள் நுழைந்த மூன்று பேரும் - வேனின் கடைசியில் இருந்த நீளமான இருக்கையில் ஒரு அடைப்புக்குறியாய் படுத்துக் கண் மூடியிருந்த மாதுரிக்கு முன்பாய் வந்து நின்றார்கள்.

பூட்ஸ் சத்தம் கேட்டுக் கண் விழித்த மாதுரி தளர்வாய் எழுந்து உட்கார்ந்தாள்.

வின்சென்ட், அருகேயிருந்த காலியான இருக்கையில் உட்கார்ந்தார்.

"அப்படியே படுத்துக்கோம்மா!"

"பரவாயில்ல ஸார்."

"இப்ப உடம்பு பரவாயில்லையாம்மா... டாக்டர்கிட்டே போகணும்ன்னா சொல்லு... நான் ஏற்பாடு பண்ணிடறேன்."

"வேண்டாம் ஸார்... நவ் அயாம் ஆல்ரைட்... கொஞ்சம் நெர்வஸ்னஸ்."

"இப்ப நான் பேசினா நீ பதில் சொல்லக் கூடிய நிலைமையில் இருக்கியாம்மா..?"

"பேசலாம் ஸார்."

"இப்ப நீ பார்த்தது இளமாறன் வீட்டுக்கு வாரா வாரம் வந்துட்டு இருந்த பொண்ணோட பாடியா?"

"ஆமா ஸார்."

"நல்லாப் பார்த்தியாம்மா?"

“பார்த்தேன் ஸார்... முகத்தை பார்மாலினால அலம்பி காட்டினாங்க..! கடந்த ஆறுமாச காலமா அவளைப் பார்த்துட்டு இருந்ததால என்னால சுலபமா அடையாளம் காட்ட முடிஞ்சது...”

“நீ அவகிட்ட பேசியிருக்கியாம்மா?”

“இல்ல ஸார்... பேசணும்ன்னு நினைச்சு ரெண்டு மூணு தடவை அவ பார்வையில படற மாதிரி வாசல்ல நின்னிருக்கேன். ஆனா...பார்க்காமே தலை குனிஞ்சுகிட்டு போயிடுவா...”

“அவங்க ரெண்டுபேரும் ஹஸ்பெண்ட் அண்ட் ஒய்ஃபா...?”

“தெரியலை ஸார்.”

“நாலு நாளைக்கு முன்னாடி ரெண்டு பேர்க்கும் இடையில் வாக்குவாதம் நடந்ததாவும், கைகலப்பு ஏற்பட்டதாவும் இன்ஸ்பெக்டர் சசிகுமார்கிட்டே சொல்லியிருக்கே?”

“ஆமா ஸார்.”

“அவங்க பேசினது ஏதாவது உன்னோட காதுல விழுந்ததாம்மா?”

“ரெண்டு பேரும் ஒரே சமயத்தில் கத்தி பேசிட்டு இருந்ததால என்னால தெளிவா எதையும் கேட்க முடியலை ஸார்.”

“ஒரு வார்த்தை கூடவா..?”

மாதுரி யோசித்தாள்.

“கொஞ்சம் யோசிச்சு சொல்லும்மா.”

மாதுரி மேலும் சில விநாடிகள் யோசிப்பாய் இருந்து விட்டு மெள்ள உதடுகளை அசைத்தாள்.

“இப்ப ஞாபகம் வருது ஸார்... இளமாறன் கத்தி பேசும் போது ‘வர்ணா’ன்னு கூப்பிட்டு, ‘இன்னொரு தடவை சொன்னே... எனக்கு கெட்ட கோபம் வரும்’ன்னு சொன்னார்.”

"வர்ணாவா?"

"ஆமா ஸார்."

"நல்லா கேட்டியா...?"

"ஆமா ஸார்... வர்ணான்னுதான் சொன்னார்."

"இளமாறன் அப்படிச் சொன்னதும்... அந்தப் பொண்ணு பதிலுக்கு ஏதாவது கத்தினாளா?"

"கத்தினா ஸார்... ஆனா என்னான்னு எனக்கு கேட்கலை."

மாதுரி சொல்லிக் கொண்டிருக்கும் போதே இன்ஸ்பெக்டர் சசிகுமாரின் செல்போன் மெலிதாய் ரிங்டோனை வெளியிட்டது. எடுத்து அழைப்பது யார் என்று பார்த்தார். சற்றே பதட்டமாகி அஸிஸ்டண்ட் கமிஷனரைப் பார்த்து குரல் கொடுத்தார்.

"ஸார்... வெளிநாட்ல இருக்கிற அந்த விநாயகமூர்த்தி பேசறார்."

"ஸ்பீக்கரை ஆன் பண்ணிட்டு பேசுங்க."

சசிகுமார் ஸ்பீக்கரை ஆன் செய்து விட்டு "ஹலோ" என்றார்.

மறுமுனையில் கட்டைக் குரல் ஒன்று கரகரத்தது.

"நான் சினி ப்ரொட்யூஸர் விநாயகமூர்த்தி பேசறேன். நீங்க இன்ஸ்பெக்டர் சசிகுமார்தானே?"

"ஆமா..."

"என்கிட்டே ஏதோ விசாரிக்கணும்ன்னு சொல்லி என்னோட ஆபீஸுக்கு வந்து மானேஜர்கிட்டே சொன்னீங்களாம். அவர்கூட இன்னிக்குத்தான் என்னால பேச முடிஞ்சது. ஆஸ்திரேலியால ஒரு ரிமோட் ப்ளேஸ்ல சூட்டிங் போயிட்டிருக்கு. யாரோட செல்போனும் ரீச்சபிளா இல்லை. இன்னிக்குத்தான் அந்த ஸ்பாட்டை விட்டு கிளம்பி மெல்போர்னுக்கு வந்தோம். என்ன விஷயம் இன்ஸ்பெக்டர்? என்கிட்ட உங்களுக்கு என்ன விசாரிக்கணும்?"

"இளமாறனைப் பத்தி விசாரிக்கணும்."

"இளமாறன்?"

"சினிமாவுக்கு பாட்டு எழுதற ஆள். உங்களுக்குத் தெரியும்ன்னு கேள்விப்பட்டேன்."

"ஓ... அந்த ஆளா...? தெரியும் ஸார். சினிமாவில் நடிக்க சான்ஸ் கேட்டுட்டு வந்தான். சரியானபடி வாய்ப்பு அமையாததால பாட்டு எழுதறேன்னு சொன்னான். அதுவும் சரியா வரலை... நான்தான் பரிதாபப்பட்டு அப்பப்போ நூறு இருநூறுன்னு பணம் கொடுப்பேன். பாட்டு எழுத சரியானபடி வாய்ப்பு கிடைக்காததினால ஒரு சில பத்திரிகை ஆபீஸுக்குப் போய் ப்ரூஃப் ரீடிங் வேலையும் பார்த்து எப்படியோ வாழ்க்கையை தள்ளிகிட்டு இருக்கான். இப்போ எதுக்காக ஸார் இந்த விசாரணை..? ஏதாவது பிரச்னை பண்ணிட்டானா...?"

"பெரிய பிரச்னைதான்..." என்று சொன்ன இன்ஸ்பெக்டர், மாதுரி மூலமாக கேள்விப்பட்ட எல்லா விஷயங்களையும் சொல்லி முடிக்க – மறுமுனையில் விநாயகமூர்த்தி பதட்டமடைந்தார்.

"இளமாறன் அந்தப் பொண்ணைக் கொன்னுட்டானா ஸார்?"

"ஆமா... பாடியை சீஸ் பண்ணிட்டோம். இப்ப இளமாறன் தலைமறைவா இருக்கான்."

"ஸார்... இளமாறன் முதல் தடவை என்னைப் பார்த்தப்பவே தன்னைப் பத்தின எல்லா விபரங்களையும் சொல்லிட்டான். அவனுக்கு சொந்த ஊரு கன்னியாகுமரிக்குப் பக்கத்துல சாமியாடி கிராமம். கல்யாணமானவன். ஒய்ஃபோட பேரு செவ்வந்தி. அந்தப் பொண்ணையும் பார்த்திருக்கேன். ரொம்பவும் லட்சணமா இருப்பா ஸார்."

"நீங்க எப்ப... அவளைப் பார்த்தீங்க?"

"ஒரு தடவை அவனே என்னோட ஆபீஸுக்குக் கூட்டிட்டு வந்து எனக்கு அறிமுகப்படுத்தி வெச்சான்.

அதுக்கப்புறம் ஒரு மாசம் கழிச்சு செவ்வந்தி என்னைத் தனியா பார்க்க வந்தா."

"தனியா வந்தாளா... எதுக்கு?"

"கணவன் - மனைவிக்கு மத்தியில் ஒரு கருத்து வேறுபாடு ஸார்."

"என்ன கருத்து வேறுபாடு?"

"இளமாறன் கிராமத்தை விட்டுட்டு சென்னைக்கு வந்து தனியா வீடு எடுத்து தங்கறது அவளுக்குப் பிடிக்கலை... அவளும் சென்னைக்கு வர விரும்பறதாவும் ஆனா இளமாறன் அதுக்கு ஒத்துக்காமே அடம்பிடிக்கிறதாவும் சொன்னா – நான்தான் இளமாறனுக்கு புத்திமதி சொல்லணும்ன்னு கேட்டுகிட்டா..."

"நீங்க புத்திமதி சொன்னீங்களா?"

"சொன்னேன் ஸார்."

"அவன் என்ன சொன்னான்?"

"'இந்த சினிமாத்துறையில் ஓரளவுக்கு வசதியும், வாய்ப்பும் வந்த பின்னாடி செவ்வந்தியைக் கூட்டிக்கலாம்ன்னு இருக்கேன்'னு சொன்னான். அவன் சொன்னதிலையும் நியாயம் இருக்கவே, அந்தப் பிரச்சனையை அப்படியே விட்டுட்டேன்..!"

"அதுக்கப்புறம் அந்த செவ்வந்தி உங்களைப் பார்க்க வந்தாளா?"

"வரலை... நானும் ஒரு புதுப்படம் தயாரிக்க மும்முரமான முயற்சியில இறங்கிட்டதால இரண்டு பேரையும் பார்க்க முடியலை..."

"சரி. வர்ணாங்கிற பேர்ல உங்களுக்கு யாராவது தெரியுமா?"

"தெரியாது ஸார்."

"அந்தப் பேரை இளமாறன் என்னிக்காவது எந்த சந்தர்ப்பத்திலாவது சொல்லியிருக்கானா?"

"இல்ல ஸார்..."

“பெண்கள் விஷயத்துல இளமாறன் எப்படி?”

“ஸார்... எனக்குத் தெரிஞ்சதை நான் சொல்லிட்டேன். இதுக்கு மேல அவனைப் பத்தி எனக்கு எதுவும் தெரியாது.”

“நீங்க எப்ப இந்தியாவுக்கு ரிடர்ன்?”

“எப்படியும் ரெண்டு வாரமாயிடும் ஸார்.”

“மிஸ்டர் விநாயகமூர்த்தி... இப்ப நீங்க பேசிட்டிருக்கிற செல்போன் நெம்பர்ல வாட்ஸ்அப் இருக்கா?”

“இருக்கு ஸார்!”

“கொலை செய்யப்பட்ட பொண்ணோட முகத்தை போட்டோ எடுத்து உங்க ‘வாட்ஸ்அப்’புக்கு அனுப்பி வைக்கிறோம். அதைப் பார்த்துட்டு அது செவ்வந்தியான்னு கன்ஃபர்ம் பண்ணனும்.”

“அனுப்புங்க ஸார்.”

இன்ஸ்பெக்டர் சசிகுமார் செல்போனை அணைத்துவிட்டு அஸிஸ்டண்ட் கமிஷனரை ஏறிட்டுப் பார்க்க, அவர் ஜெயப்பிரகாஷிடம் திரும்பினார். ஜெயப்பிரகாஷ் தன்னுடைய செல்போனில் பதிவுசெய்து வைத்திருந்த டெட்பாடியின் க்ளோசப் போட்டோக்களை சசிகுமாரின் செல்போனுக்கு ஃபார்வேர்ட் செய்ய - அவர் அதை அப்படியே விநாயகமூர்த்தியின் செல்போன் வாட்ஸ்அப்புக்கு அனுப்பி வைத்து விட்டு காத்திருந்தார்.

அடுத்த ஐந்தாவது நிமிடம்...

விநாயகமூர்த்தியிடம் இருந்து பதில் வந்தது.

“ஸார்... அது செவ்வந்திதான்.”

5

சாமியாடி கிராமம், கன்னியாகுமாரி மாவட்டம்.

இன்னும் நவநாகரீகம் எட்டிப் பார்க்காத குக்கிராமம்.

வெய்யில் சுள்ளென்று பிடரியைச் சுட, அந்தக் காலை பத்து மணி வேளையில் பஸ்ஸை விட்டு இறங்கி கிராமத்தின் புழுதி மண்ணில் நடந்து கொண்டிருந்தார் சசிகுமார். காக்கி யூனிஃபார்மைத் தவிர்த்துவிட்டு கறுப்பு நிற பேண்ட் - பிங்க் நிற சர்ட்டில் ஒரு கல்லூரி மாணவன் போன்ற தோற்றத்தைக் கொடுத்தார்.

ஒரு ஐந்து நிமிஷ நடைக்குப் பின் கிராமத்தின் கடை வீதி இரைச்சலாய் பார்வைக்குக் கிடைக்க, இளநீர் கடைக்குப் பக்கத்தில் இருந்த டீக்கடைக்குள் நுழைந்தார். இரண்டு பேர் தினத்தந்தி படித்துக் கொண்டிருக்க, நான்கு பேர் இடது கையில் இருந்த போண்டாவைக் கடித்தபடி வலது கையில் கண்ணாடி டம்ளரில் இருந்த நுரை ததும்பின டீயைத் துளித்துளியாய் குடித்துக் கொண்டிருந்தார்கள்.

சசிகுமார் காலியாய் இருந்த ஒரு ஸ்டூலில் போய் உட்கார்ந்தார். சிறுவன் ஒருவன் அழுக்கு பனியனும் பரட்டைத் தலையுமாய் பக்கத்தில் வந்து நின்றான்.

“ஸார்க்கு என்ன வேணும்?”

“சர்க்கரை கம்மியா ஒரு டீ.”

“போண்டா தரட்டுமா ஸார்?”

“வேண்டாம்.”

"தேங்கா பன்."

"வேண்டாம். டீ போதும்."

பையன் பக்கத்து அறையை எட்டிப் பார்த்து குரல் கொடுத்தான். "அண்ணே..! சர்க்கரை கம்மியா ஒரு டீ..."

சசிகுமார் சுற்றும் முற்றும் பார்த்தார்.

போண்டா முடிந்து போயிருக்க - டீயை மட்டும் குடித்துக் கொண்டிருந்த அந்த நடுத்தர வயது நபரிடம் கேட்டார்.

"இந்த ஊர்ல இளமாறன் வீடு எங்கேயிருக்குன்னு தெரியுமா...?"

டீ பேர்வழி முழித்தான்.

"என்னா பேரு..?"

"இளமாறன்..."

"நீ சொல்ற பேர்ல யாரும் இருக்கிற மாதிரி தெரியலையே... வயசானவரா..?"

"இல்ல. ஒரு நாப்பது வயசு இருக்கும்."

"அந்த ஆளோட அப்பா பேரு என்ன?"

"தெரியலை."

"சரி... என்ன தொழில் பண்றாப்பல...?"

"எந்த தொழில்ன்னு தெரியலை... ஆனா கடந்த ஆறுமாசமா மெட்ராஸ்ல தங்கி சினிமால நடிக்கவும், பாட்டு எழுதவும் முயற்சி பண்ணிட்டிருக்கார். அவரோட மனைவி பேரு செவ்வந்தி."

சசிகுமார் இப்படிச் சொன்னதும் நாளிதழைப் படித்துக் கொண்டிருந்த நபர் சட்டென்று தலையை உயர்த்தினார்.

"தம்பி... நீங்க தவசியப்பனோட பையன் கருப்புசாமியைப் பத்தி சொல்றீங்கன்னு நினைக்கிறேன். அவன் ஒருத்தன்தான் இந்த கிராமத்திலேயே சினிமா,

பாட்டுன்னு பேசிட்டிருப்பான். அடிக்கடி மெட்ராஸ் போயிட்டு வருவான். ஒருநாள் நான் அவங்கிட்ட பேசிட்டிருக்கும் போது தன்னோட பேரை மாத்திகிட்டதாவும், கூடிய சீக்கிரம் சென்னையிலேயே குடியேறப் போறதாவும் சொன்னான். அவன் ரெண்டு வருஷத்துக்கு முன்னாடிதான் கல்யாணம் பண்ணிகிட்டான். பெண்டாட்டி பேர் என்னான்னு எனக்குத் தெரியாது. நீங்க இதே ரோட்ல வடக்காம கொஞ்ச தூரம் நடந்தா அய்யனார் கோயில் வரும். கோயிலுக்கு பக்கத்து ரோட்லதான் தவசியப்பன் வீடு. வேப்பமரத்தை ஒட்டின வீடு...”

சொன்ன நபர் மறுபடியும் செய்தித்தாளுக்குள் போய்விட, சசிகுமார் டீயைக் குடித்துவிட்டு எழுந்தார். காசைக் கொடுத்துவிட்டு வெளியே வந்து வெய்யிலில் நனைந்து வடக்குத் திசையைப் பார்த்து நடந்தார். அய்யனார் கோயில் அருகே வந்த போது அவருடைய செல்போன் ஒலித்தது. எடுத்துப் பார்த்தார்.

மறுமுனையில் அஸிஸ்டண்ட் கமிஷனர் வின்சென்ட். கேட்டார்.

“என்ன... சாமியாடி கிராமத்துக்கு போய்ச் சேர்ந்துட்டீங்களா?”

“சேர்ந்து இப்போ... இளமாறன் வீட்டுக்குப் போயிட்டு இருக்கேன் ஸார். ஒரு டீக்கடையில் உட்கார்ந்து அஞ்சு நிமிஷம் பேசினேன். அவனைப் பத்தின சில விபரங்கள் கிடைச்சது. ஒரு மணி நேரம் கழிச்சு நான் போன் பண்றேன் ஸார்.”

“ஓகே... உங்க போனுக்காக வெயிட் பண்றேன்.”

சசிகுமார் செல்போனை அணைத்து சட்டைப் பாக்கெட்டில் போட்டுக் கொண்டு கோயிலையொட்டிய குறுகலான வீதிக்குள் நுழைந்தார். நூறு மீட்டர் தூரத்திலேயே பெரிய வேப்பமரம் ஒன்று பார்வைக்குத் தட்டுப்பட -

அருகே, சற்றே சரிந்த ஓட்டு வீடு. வீட்டு வாசலையொட்டி நீளமான திண்ணை.

அடுத்த ஒரு நிமிஷத்தில் அந்த வீட்டை நெருங்கிய சசிகுமார் சாத்தப்பட்டு இருந்த கதவை மெள்ளத்தட்ட - 'யாரது?' என்று கேட்டுக் கொண்டே பெரியவர் ஒருவர் உள்ளேயிருந்து வெளிப்பட்டார்.

நல்ல உயரத்தோடு இருந்த அவர் தளர்வாய் தெரிந்தார். கண்களை இடுக்கிக் கொண்டு உன்னிப்பாய்ப் பார்த்தார்.

சசிகுமார் மெள்ள பேச்சை ஆரம்பித்தார்.

"அய்யா... நான் சென்னையிலிருந்து வர்றேன். இங்கே தவசியப்பன்ங்கிறது..?"

"நான்தான் தம்பி..!"

"அய்யா... உங்ககிட்ட கொஞ்சம் பேசணும்."

"உள்ளே வாங்க தம்பி..."

சசிகுமார் தலைகுனிந்து வீட்டுக்குள் போனார். சிறிய வீடு. ஜன்னல் வழியே வீட்டின் பின்புறம் வாழை மரக் கன்று ஒன்று தெரிந்தது. பெரியவர் தவசியப்பன் ஒரு மடக்கு நாற்காலியை எடுத்து விரித்துப் போட்டார்.

"உட்கார்ங்க தம்பி."

சசிகுமார் உட்கார்ந்ததும் அவரும் ஒரு நாற்காலியைப் போட்டுக் கொண்டு உட்கார்ந்தார்.

"என்ன பேசணும்... சொல்லுங்க தம்பி."

சசிகுமார் சில விநாடிகள் மௌனமாய் இருந்துவிட்டு மெதுவாய் பேச்சை ஆரம்பித்தார்.

"அய்யா..! நான் போலீஸ் டிபார்ட்மெண்ட்டிலிருந்து வர்றேன். என் பேர் சசிகுமார். இன்ஸ்பெக்டராய் இருக்கேன்..!"

பெரியவர் சற்றே கலவரமானார்.

"த... த... தம்பி... எதுக்காக... என்கிட்டே...?"

"அய்யா... பதட்டப்படாதீங்க... நான் கேட்கிற கேள்விகளுக்கு மட்டும் பதில் சொல்லுங்க. விஷயம் என்னன்னு கடைசியில் நான் சொல்றேன்."

"கேளுங்க தம்பி..."

"வீட்ல இப்ப நீங்க மட்டும்தானா... இல்லை வேற யாராவது இருக்காங்களா?"

"இப்போதைக்கு நான் மட்டும்தான்... மனைவி இறந்து பத்து வருஷமாச்சு. ஒரே பையன்... இப்ப அவன் சென்னையில இருக்கான்."

"சென்னையில் உங்க சன் என்ன செய்யறாரு?"

"சினிமாவில் நடிக்கப் போறேன்னு போனான். அப்புறம் பாட்டு எழுதறேன்னு சொன்னான். அவன் இங்கே வர்றதேயில்லை. அங்கேயே வீடு எடுத்து தங்கி சினிமா சினிமான்னு வாழ்க்கையை தொலைச்சுட்டு இருக்கான். நான் வெச்ச பேரு கருப்புசாமி. அவனா வெச்சுகிட்ட பேரு இளமாறன்."

"உங்களுக்கு இளமாறன் ஒரே பையன்தானா?"

"ஆமா... தம்பி..."

"அவர்க்கு கல்யாணம்?"

"அதுவும் ஆச்சு... கல்யாணம் பண்ணி வைக்க வேண்டிய சிரமத்தை கூட அவன் எனக்குக் கொடுக்கலை. ஏதோ சீர்திருத்தம்ங்கிற பேர்ல ஒரு அநாதை விடுதிக்குப் போய் ஒரு பொண்ணைக் கல்யாணம் பண்ணிட்டு வந்து நின்னான். அவனுக்குப் பிடிச்சிருந்தா சரின்னு நானும் விட்டுட்டேன்."

"அந்தப் பொண்ணோட பேரு?"

"செவ்வந்தி..."

"ரெண்டு பேர்க்கும் மத்தியில் சுமுகமான உறவு இருந்ததா...?"

அதுவரைக்கும் சரளமாய் பேசிக் கொண்டிருந்த பெரியவர் இப்போது சசிகுமாரை ஒரு சந்தேகப் பார்வை பார்த்தார்.

“என்ன தம்பி... நீங்க விசாரிக்கிற விதத்தைப் பார்த்தா பெரிசா ஏதோ பிரச்னை இருக்கும் போலிருக்கே...?”

“பிரச்னை பெரிசுதான்... உங்க மருமக செவ்வந்தி இப்ப எங்கே..?”

“அந்தப் பொண்ணு எப்பவும் இந்த வீட்லதான் இருப்பா. ஆனா ஒவ்வொரு சனிக்கிழமையும் சென்னைக்குப் புறப்பட்டு போய் அவனோட ரெண்டுநாள் இருந்துட்டு வருவா.”

“போன சனிக்கிழமையும் புறப்பட்டுப் போனாளா?”

“ம்... போனா... ஆனா இந்த தடவை ஒருவாரம் தங்கிட்டு வரப்போறேன்னு சொன்னா... இன்னிக்கு அஞ்சாவது நாள். ரெண்டு தடவை ரெண்டு பேர்க்கும் போன் பண்ணிப் பார்த்தேன். போன் ஸ்விட்ச் ஆஃப்ன்னு வந்தது. சாயந்தரமா போன் பண்ணிப் பார்க்கணும்... இப்ப சொல்லுங்க தம்பி... என்ன பிரச்னை? நீங்க கேட்கிற கேள்விகளைப் பார்த்தா அவங்க ஏதாவது தப்பு பண்ணிட்டாங்களா?”

“இந்த வீட்ல உங்க பையன் - மருமகள் சேர்ந்து இருக்கிற மாதிரி ஏதாவது போட்டோ இருக்கா?”

“கொஞ்சம் பின்னாடி திரும்பிப் பாருங்க தம்பி... சுவத்துல அவங்க கல்யாணப் போட்டோவே இருக்கு!”

சசிகுமார் திரும்பிப் பார்த்தார்.

கல்யாண கோலத்தில் எடுக்கப்பட்ட போட்டோ. இளமாறனும் செவ்வந்தியும் காமிராவைப் பார்த்து புன்னகை செய்து இருந்தார்கள்.

போட்டோவையே சில விநாடிகள் வரை பார்த்துக் கொண்டிருந்துவிட்டு பெரியவரிடம் திரும்பினார் சசிகுமார். பெருமூச்சோடு பேச்சை ஆரம்பித்தார்.

“அய்யா... நான் இப்ப சொல்லப் போற விஷயத்தைக் கேட்டா உங்களுக்கு அதிர்ச்சியாத்தான் இருக்கும். வேற வழியில்லை. நான் சொல்லித்தான் ஆகணும்!”

"சீக்கிரமா... சொல்லுங்க... தம்பி..." முகம் வியர்த்து குரல் குழறினார் பெரியவர்.

சசிகுமார் தலையைக் குனிந்து கொண்டு கனத்த கவலையோடு சொல்ல ஆரம்பித்தார்.

6

சென்னை.

கடற்கரைச் சாலையில் ஜீப் வேகமாய் விரைந்து கொண்டிருக்க பின்னிருக்கைகளில் உட்கார்ந்திருந்த இன்ஸ்பெக்டர் சசிகுமாரும், இன்ஸ்பெக்டர் ஜெயப்பிரகாஷும் கவலையாய் பேசிக் கொண்டார்கள்.

"நீங்க சொன்ன விஷயங்களைக் கேட்டு பெரியவர் தவசியப்பன் அதிர்ந்து போயிருப்பாரே...?" ஜெயப்பிரகாஷ் கேட்க சசிகுமார் தலையசைத்தார். "செவ்வந்தி கொலையான சம்பவத்தைச் சொன்னதும் ஒரு பத்து நிமிஷத்துக்கு அவரால எதுவும் பேச முடியலை. அப்படியே ஸ்தம்பிச்சுப் போயிருந்தார். கொஞ்சம் ஆசுவாசமானதும் பேச ஆரம்பிச்சார்."

"அவங்க ரெண்டு பேர்க்கும் என்ன பிரச்னைன்னு கேட்டீங்களா?"

"கேட்டேன்."

"அவர் என்ன சொன்னார்?"

"இளமாறன் சினிமாவில் நடிக்கப் போனது செவ்வந்திக்குப் பிடிக்கலை. அதே நேரத்தில் கணவனை முழுசா எதிர்க்கவும் முடியலை. தானும் அவனோட சென்னைக்குப் போய் இருந்துட்டா அவன் கிராமத்துக்கு திரும்பியே வரமாட்டான்ங்கிறதால கிராமத்திலேயே மாமனார் கூட இருந்திருக்கா. ஆனா ஒவ்வொரு சனிக்கிழமையும் போய் தங்கி சண்டையும் போட்டு இருக்கா..!"

"சரி... வர்ணா யார்ன்னு பெரியவர்கிட்டே கேட்டீங்களா?"

"கேட்டேன். அவர்க்குத் தெரியலை..!"

"அவர் பொய் சொல்றார்ன்னு நினைக்கிறேன். இப்ப சென்னையில்தானே இருக்கார்...?"

"ஆமா... செவ்வந்தியோட உடம்பை வாங்கிட்டுப் போக யாரும் வராததால பாடியை எம்பாம் பண்ணி வெச்சிருந்தாங்க. அதை வாங்கிட்டுப் போறதுக்காக ஹாஸ்பிடல்ல இருக்கார்."

"தலைமறைவா இருக்கிற இளமாறன் கைக்குக் கிடைக்கிற வரைக்கும் செவ்வந்தியோட மரணத்துல எந்த ஒரு உண்மையையும் கண்டுபிடிக்க முடியாது போலிருக்கே..!"

"எஸ்... எஸ்... ஹைலி காம்ப்ளிகேட்டட்."

"சரி, எதுக்காக இப்ப கமிஷனர் உங்களையும் என்னையும் க்யூ பிராஞ்ச் செல்லுக்கு வரச் சொல்லியிருக்கார்ன்னு தெரியுமா...?"

"தெரியலை... ஏன், எதுக்காகன்னு கேட்க முடியுமா என்ன? இந்தக் கேஸ் உங்களையும் என்னையும் ஒரு வழி பண்ணிடும் போலிருக்கு."

"போய் பேசிப்... பார்ப்போம்..."

ஜீப் மேலும் ஒரு இருபது நிமிஷ நேரம் பயணித்து க்யூ ப்ராஞ்ச் விங்குக்குப் போய் சேர்ந்து, அஸிஸ்டெண்ட் கமிஷனர் வின்செண்ட்டை சந்தித்தபோது அவர் இடது கையில் பிஸ்கெட்டை வைத்துக் கொண்டு வலது கையில் டீ நிரம்பிய கண்ணாடி டம்ளரோடு தெரிந்தார். வாய் அசை போட்டுக் கொண்டிருந்தது.

இருவரும் சல்யூட் அடித்துவிட்டு தளர்ந்தார்கள். வின்சென்ட் பிஸ்கெட்டை மென்று கொண்டே எதிரேயிருந்த நாற்காலிகளைக் காட்டினார்.

"உட்கார்ங்க."

இருவரும் நாற்காலிகளில் நிமிர்ந்து உட்கார்ந்தார்கள்.

"டீ சாப்ட்றீங்களா...?"

"வேண்டாம் ஸார்... புறப்படறதுக்கு முன்னாடிதான் சாப்ட்டுட்டு வந்தோம்..."

"இட்ஸ் ஓ.கே..." என்று சொன்ன வின்செண்ட் உலகத்திலேயே அதிமுக்கியமான விஷயம் டீ குடிப்பதுதான் என்று நினைத்தவர்போல் டீயைத் துளித்துளியாய் ருசித்து குடித்துவிட்டு எழுந்தார்.

"வாங்க போகலாம்."

எங்கே என்று கேட்க தைரியம் இல்லாமல் சசிகுமாரும் ஜெயப்பிரகாஷும் வின்செண்டை பின்தொடர்ந்தார்கள். வராந்தாவில் எதிர்ப்பட்ட அதிகாரிகளின் சல்யூட்டுகளை தலையசைப்பால் பெற்றுக் கொண்டே வேகமாய் நடைபோட்ட வின்செண்ட் கமிஷனர் ஆபீஷுக்குப் பின்புறம் இருந்த 'ரெட் செல்' என்று சொல்லப்படும் இடத்துக்கு வந்து சேர்ந்தார்.

அரையிருட்டான அந்த அறைக்குள் மூன்று போலீஸ் அதிகாரிகள் மஃப்டியில் தெரிந்தார்கள். வின்செண்ட்டைப் பார்த்ததும் அட்டென்ஷனுக்கு வந்தார்கள். அவர்களில் ஒருவரைப் பார்த்து வின்செண்ட் கேட்டார்:

"என்ன சலீம்... டாக்டர் ராமபத்ரன் இருக்காரா... போயிட்டாரா?"

"ஏதோ ஒரு அவசர கால் வந்ததுன்னு கொஞ்ச நேரத்துக்கு முன்னாடிதான் கிளம்பிப் போனார் ஸார்."

"கடைசியாய் அவர் கொடுத்த ரிப்போர்ட் என்ன சொல்லுது?"

"டெட்டனஸ் அறிகுறிகள் தெரியுதுன்னு அந்த அறிக்கையில் குறிப்பிட்டிருக்கார்."

"பிழைக்க வாய்ப்பு இருக்குன்னு மென்ஷன் பண்ணியிருக்காரா...?"

“ஃபிப்டி பர்ஸண்ட் ஹோப் கொடுத்திருக்கார் ஸார்.”

“கான்ஷியஸ் இருக்கா...?”

“இல்ல ஸார்... டாக்டர் இருக்கும்போது ஒரே ஒரு தடவை கண்ணைத் திறந்து பார்த்ததோடு சரி..!”

அவர் சொல்லிக் கொண்டிருக்கும்போதே வின்சென்ட் பக்கவாட்டில் இருந்த அறையைத் திறந்து கொண்டு உள்ளே போனார்.

அறை எல்.இ.டி விளக்கு வெளிச்சத்தில் பிரகாசமாய் தெரிய கட்டிலில் ஒருவன் மல்லாந்திருந்தான்.

சசிகுமாரும், ஜெயப்பிரகாஷும் அந்த நபரைப் பார்த்துவிட்டு திடுக்கிட்டுப் போனவர்களாய் அசிஸ்டண்ட் கமிஷனரை ஏறிட்டார்கள்.

“ஸார்... இது...?”

“இளமாறன்...”

“இங்கே எப்படி ஸார்..?”

“நேத்து ராத்திரி கேளம்பாக்கம் ஏரியாவில் இருந்த ஒரு ஹோட்டலில் இருந்து கண்ட்ரோல் அறைக்கு அந்த ஹோட்டலோட மானேஜர் பேசினார். அறை எடுத்துத் தங்கின யாரோ ஒரு நபர் விஷத்தைக் குடிச்சுட்டு உயிர்க்கு போராடிகிட்டு இருக்கிறதாகவும், அவரை ஹாஸ்பிடலில் அட்மிட் பண்றதுக்கு முந்தி போலீஸுக்கு தகவல் கொடுக்க விரும்பறதாகவும் சொன்னார். உடனே அந்த ஏரியா போலீஸ் பீட் இன்ஸ்பெக்டர் போய்ப் பார்த்து விஷம் குடிச்சு உயிர்க்குப் போராடிகிட்டு இருந்த நபர் இளமாறன்ங்கிற உண்மை தெரிஞ்சதும் எனக்குத் தகவல் கொடுத்தார். நான் உடனே ஃபாரன்ஸிக் டிபார்ட்மெண்ட் டாக்டர் ராமபத்ரனுக்கு இன்ஃபார்ம் பண்ணி ஸ்பாட்டுக்கு போகச் சொன்னேன். அவரும் போய்ப் பார்த்துட்டு இளமாறனை ஜி.ஹெச்சில் அட்மிட் பண்ண முயற்சி எடுத்திருக்கார். ஜி.ஹெச்சில் டாக்டர்ஸ் நர்ஸ் ஸ்ட்ரைக் காரணமாய் இளமாறனை அட்மிட்

பண்ண முடியலை. அதனால இங்கே இருக்கிற ரெட் செல்லுக்கு கொண்டு வந்து ட்ரீட்மெண்ட் கொடுத்துட்டு இருக்கார்.”

“ஸார்... இளமாறன் இப்படிப்பட்ட நிலைமையில் இருக்கும்போது பிரைவேட் ஹாஸ்பிடலுக்கு கொண்டு போயிருக்கலாமே?”

“கொண்டு போக டாக்டர் ராமபத்ரன் முயற்சி பண்ணியிருக்கார். ஆனா கொஞ்ச நஞ்ச சுயஉணர்வோடு இருந்த இளமாறன் தான் ஒரு வாக்குமூலம் கொடுக்க விரும்பறதாகவும், தன்னை ஹாஸ்பிடல்ல அட்மிட் பண்ணாமே போலீஸ் பாதுகாப்புல வெச்சு ட்ரீட்மெண்ட் தரும்படியாகவும் கேட்டுகிட்டதால தனிப்பட்ட முறையில் இங்கே கொண்டு வந்துட்டோம்.”

“இளமாறன் ஏதாவது வாக்குமூலம் கொடுத்தானா ஸார்..?”

“விளக்கமாகவே கொடுத்திருக்கான். அந்த வாக்குமூலத்தை டாக்டர் ராமபத்ரன் வீடியோவாய் பதிவு பண்ணிட்டார்.”

“என்னதான் சொல்லியிருக்கான் ஸார்..?”

“வாங்க கேட்டுடுவோம். அதுக்காகத்தான் உங்க ரெண்டு பேரையும் புறப்பட்டு வரச் சொன்னேன்...”

வின்சென்ட் அந்த அறையினின்றும் வெளிப்பட்டு பக்கத்து அறையை நோக்கிப் போக - சசிகுமாரும், ஜெயப்ரகாஷும் தொடர்ந்தார்கள்.

பக்கத்து அறை சிறிதும் பெரிதுமான கம்ப்யூட்டர்களால் நிரம்பியிருந்தது. ஒரு பெரிய கம்ப்யூட்டர்க்கு முன்பாய் உட்கார்ந்திருந்த அந்த அதிகாரி அஸிஸ்டண்ட் கமிஷனரைப் பார்த்ததும் எழுந்தார். ஒரு சல்யூட் அடித்துவிட்டு அப்படியே நின்றார்.

“மானேஷ்.”

“ஸார்...”

“அந்த இளமாறன் கொடுத்த வாக்குமூலத்தை போட்டுக் காட்டுங்க..!”

“ஜஸ்ட் எ மினிட் ஸார்” என்று சொன்ன அந்த மானேஷ் கம்ப்யூட்டரில் போய்க் கொண்டிருந்த ஒரு பிராசஸை நிறுத்திவிட்டு பென்ட்ரைவ் ஒன்றை எடுத்து கம்ப்யூட்டர்க்கு சாப்பிடக் கொடுத்துவிட்டு ப்ளே பட்டனைத் தட்ட திரை சில விநாடிகளுக்கு வெளிச்சமாய் இருந்துவிட்டு இளமாறனின் முகத்தை ‘க்ளோஸ் அப்’பில் காட்டியது. கண்களில் சோர்வு தெரிய உதடுகள் வறண்டு போய் தெரிந்தன. டாக்டர் ராமபத்ரன் இளமாறனுக்குப் பக்கத்தில் உட்கார்ந்து மெதுவான குரலில் பேசிக் கொண்டிருந்தார்.

“இளமாறன்... நீ என்ன சொல்லப் போறே... சொல்லு.”

இளமாறன் மூச்சுத் திணறியபடி பேச ஆரம்பித்தான்: “டாக்டர்..! நான் எல்லா உண்மைகளையும் சொல்லிடறேன்... ஆனா... நீங்க எனக்கு ஒரு வாக்குறுதி கொடுக்கணும்..!”

“என்ன வாக்குறுதி...?”

“நான் உண்மைகளைச் சொன்னபின்னாடி எனக்கு ஏதாவது ஒரு விஷ ஊசியைப் போட்டு என் உயிரை எடுத்துடணும்..!”

“இதோ பார்... நீ எதுமாதிரியான குற்றம் பண்ணியிருந்தாலும் சரி, அதைப் பரிசீலனைப் பண்ணிப் பார்த்து உன்னை விடுதலை பண்ணவோ தண்டனை கொடுக்கவோ சட்டம் இருக்கு. மொதல்ல உன்னோட வாக்குமூலத்தைக் கொடு.”

“நான் பண்ணின குற்றத்துக்கு விடுதலை கிடைக்காது டாக்டர். தூக்குத்தண்டனைதான் கிடைக்கும். அதுவும் தூக்குல என்னிக்கு போடறாங்கங்கிற விபரம் தெரியாமே ஒவ்வொரு நாளையும் மன உளைச்சலோடும், மரண அவஸ்தையோடும் கழிக்கணும். அந்தக் கொடுமையை எல்லாம் என்னால் தாங்கிட்டு வாழ முடியாது டாக்டர்.”

“நீ மொதல்ல வாக்குமூலம் கொடு. அதுல நீ பண்ணின தப்புக்கு ஏதாவது நியாயம் இருக்கான்னு பார்க்கலாம்.”

“டாக்டர்... நான் என்னோட மனைவி செவ்வந்தியைக் கொலை பண்ணினதுல என்ன நியாயம் இருக்கும்னு நினைக்கறீங்க...?”

“எதுக்காக அவளைக் கொலை பண்ணினே...?”

“எனக்குக் கோபம் வர்ற மாதிரி நடந்துகிட்டா. என்னை மரியாதைக்குறைவா பேசினா..!”

“அப்படி என்ன அவ பேசினா?”

“டாக்டர்... எனக்கு சின்ன வயசிலிருந்தே சினிமாத்துறைக்கு வந்து அதுல ஏதாவது ஒரு துறையில் பேர் வாங்கணும்ன்னு ஆசை. எனக்கு சொந்த ஊர் குமரி மாவட்டத்தில் இருக்கிற சாமியாடி கிராமம். அம்மா இல்லை. அப்பா மட்டும்தான். அம்மா அப்பா வெச்ச கருப்புசாமிங்கற பேரை இளமாறன்னு மாத்திகிட்டு சினிமாவில் நடிக்க சென்னைக்கு வந்தேன். எவ்வளவோ முயற்சி பண்ணியும் சினிமாவில் நடிக்க வாய்ப்பு கிடைக்கலை. நடிக்க வாய்ப்பு கிடைக்காத காரணத்தால சினிமாவுக்கு பாட்டு எழுத முயற்சி பண்ணினேன். அந்த முயற்சியிலும் எனக்குத் தோல்விதான் கிடைச்சது... இருந்தாலும் அந்தத் தோல்விகளைப் பொருட்படுத்தாம முயற்சி பண்ணதை என்னோட மனைவி செவ்வந்தி கேலியும் கிண்டலும் பண்ணினா.

ஒவ்வொரு வாரமும் சனி ஞாயிறு கிராமத்திலிருந்து நான் இருக்குற இடத்துக்கு வந்துடுவா. ‘சினிமாவில் நீங்க கிழிச்சது போதும். நம்ம கிராமத்துக்கு வந்துடுங்க. ஒழுங்கா விவசாயத்தைப் பார்த்துட்டு நிம்மதியாய் இருக்கலாம்’னு நச்சரிக்க ஆரம்பிச்சா... கல்யாணம் ஆன நாளில் இருந்து இதே பிரச்னைதான்... போன வாரம் வந்தப்ப பெரிய அளவுல எனக்கும் செவ்வந்திக்கும் வாக்குவாதம் ஏற்பட்டது. ஒரு கட்டத்துக்கு மேல அவளோட பேச்சை என்னால தாங்கிக்க

முடியலை. அரிவாளை எடுக்க வேண்டியதாயிடுச்சு... வெட்டி சாய்ச்சேன். முட்டுக்காடு பகுதிக்குக் கொண்டு போய் சவுக்குமரத் தோப்புக்குள்ளே புதைச்சேன்."

இளமாறன் மூச்சிரைத்தபடி பேசிக் கொண்டிருக்கும் போதே டாக்டர் குறுக்கிட்டு கேட்டார்.

"நீ செவ்வந்தியைக் கொலை செய்ய இதுதான் காரணமா?"

"இது மட்டும் இல்லை டாக்டர்... இன்னொரு காரணமும் இருக்கு."

"என்ன?"

"நான் சினிமாத்துறையில் ஆர்வமாய் இருக்கிறதால செவ்வந்தியும் சென்னையிலேயே தங்கி சினிமாவில் நடிக்கப் போறதாய் சொன்னா. முதல்ல அவ அப்படி சொன்னப்ப என்னைச் சீண்டறதுக்காக சொல்றான்னு நினைச்சேன். ஆனா உண்மையிலேயே அவ நடிக்கப் போறான்னு தெரிஞ்சதும் அதிர்ச்சியாயிட்டேன். நான் செவ்வந்திகிட்டே 'உன்னை மாதிரியான பொண்ணுங்களுக்கு சினிமா சரிப்பட்டு வராது. பேசாமே கிராமத்துக்குப் போய் இரு'ன்னு சொன்னேன். அவ கேட்கலை. எதிர்த்து வாயாட ஆரம்பிச்சா... ஒரு கட்டத்துல அவ வரம்பு மீறி 'சினிமாவால நீ கெட்டுப் போகலாம். நான் கெட்டுப் போகக்கூடாதா'ன்னு கேட்டா. அந்த வார்த்தையைக் கேட்டதும்தான் நான் நிதானம் இழந்து போய் அரிவாளை எடுத்தேன். வெட்டி சாய்ச்சேன்."

டாக்டர் அமைதியாய் இளமாறனையே பார்த்துக் கொண்டிருக்க... அவன் சில விநாடிகள் மூச்சிரைத்துவிட்டு மறுபடியும் பேச ஆரம்பித்தான்.

"செவ்வந்தியை வெட்டின பின்னாடியும் எனக்கு அவ மேலே மூணு நாள் கோபம் இருந்தது. போலீஸ் பார்வைக்குப் படாமே தலைமறைவாய் இருந்தேன். அதுக்கப்புறம்தான் கைது, கோர்ட், ஜெயில்ன்னு பயம்

வந்தது. நேரா கேளம்பாக்கம் ஏரியாவுக்குப் போய் ஒரு லாட்ஜ்ல ரூம் எடுத்தேன். விஷம் சாப்பிட்டு தற்கொலை பண்ணிக்கிற முடிவுக்கு வந்தேன். ஆனா நான் சாப்பிட்ட விஷம் என்னோட உயிர் போகாத அளவுக்கு இருந்ததால போலீஸ்கிட்டே மாட்டிக்கிட்டேன். இனியும் நான் உயிரோட இருக்க விரும்பலை டாக்டர். எனக்கு ஏதாவது ஒரு ஊசி போட்டு கொன்னுடுங்க... நாலைஞ்சு வருஷம் கேஸ் நடந்து தூக்குல தொங்கறதைக் காட்டிலும் இன்னிக்கே - இப்பவே செத்துப் போயிடறேன்."

இளமாறன் மூச்சுத்திணறிப் பேசிக் கொண்டிருக்கும் போதே கம்ப்யூட்டர் திரையில் வீடியோ காட்சி மறைந்தது.

கம்ப்யூட்டர் அதிகாரி மானேஷ் நிமிர்ந்து அஸிஸ்டண்ட் கமிஷனரைப் பார்த்தார். "இதுக்கு அப்புறம் அவனுக்கு மூச்சிரைப்பு அதிகமானதால பேச முடியலை. அன்கான்ஷியஸ் ஆயிட்டான்."

"மறுபடியும் கான்ஷியஸ் வந்து பேசுவானா? டாக்டர் ராமபத்ரன் என்ன சொன்னார்?"

"கான்ஷியஸ் வர பிஃப்டி பர்சன்ட் வாய்ப்பு இருக்குன்னு சொன்னார். வெயிட் பண்ணிப் பார்க்கணும் ஸார்."

சசிகுமார் வின்செண்ட்டிடம் திரும்பினார். தயக்கத்தோடு பேசினார்.

"ஸார்..."

"ம்... சொல்லுங்க."

"இளமாறன் கொடுத்த இந்த வாக்குமூலத்துல ஒரு விஷயம்பத்தி அவன் பேசவேயில்லை ஸார்."

"எதைச் சொல்றீங்க?"

"வர்ணா யாருங்கிற விஷயம்..! சம்பவத்தை நேர்ல பார்த்த எதிர்வீட்டு மாதுரி சொன்ன ஒரு முக்கியமான விஷயம் அந்த வர்ணாதான்... இளமாறன் செவ்வந்திகிட்டே

கத்தி பேசும் போது ‘வர்ணா’ன்னு கத்திட்டு ‘இன்னொரு தடவை சொன்னே... எனக்கு கெட்ட கோபம் வரும்’ன்னு சொல்லியிருக்கான். ஸோ இந்தப் பிரச்னையில் வர்ணாவும் சம்பந்தப்பட்டிருக்கா ஸார். அந்த வர்ணா யார்ன்னு தெரிஞ்சாத்தான் செவ்வந்தியோட மரணத்தில் இருக்கிற மிச்ச சொச்ச உண்மைகளும் வெளியே வரும் ஸார்...”

“ஸார்... என்னோட மனசுக்குள்ளே இருக்கிற ஒரு சந்தேகத்தைச் சொல்லட்டுமா?” ஜெயப்பிரகாஷ் மெள்ளப் பேச்சை ஆரம்பித்தார்.

“ப்ளீஸ்...”

“வர்ணாங்கிற பேரைக் கேட்கும் போது ஒரு நடிகையோட பேராய் இருக்கலாமோன்னு மனசுக்குப்படுது.”

“இப்ப அந்தப் பேர்ல பிரபல நடிகைகள் யாரும் இல்லையே?”

“ஒரு பிரபல நடிகையாய் இருக்கணும்ங்கிற அவசியம் இல்லை ஸார்... ஒரு துணை நடிகையாகக்கூட இருக்கலாம் இல்லையா?”

அஸிஸ்டெண்ட் கமிஷனர் வின்சென்ட்டின் புருவங்கள் மேலேறின. “இட்ஸ் ஓ.கே. மிஸ்டர் ஜெயப்பிரகாஷ்... வர்ணா ஒரு துணை நடிகையாவே இருக்கட்டும்... இப்ப நீங்க என்ன சொல்ல வர்றீங்க?”

“அந்த துணை நடிகைக்கும், இளமாறனுக்கும் ஏன் ஒரு இல்லீகல் காண்டாக்ட் இருந்திருக்கக்கூடாது..?”

வின்சென்ட் சில விநாடிகள் யோசனையில் ஆழ்ந்துவிட்டு சசிகுமாரிடம் திரும்பினார்.

“ஜெயப்பிரகாஷ் சொன்னது பத்தி நீங்க என்ன நினைக்கறீங்க சசிகுமார்...?”

“ஹி... மே... பி... கரெக்ட் ஸார்... சினிமாத்துறையில துணை நடிகர் நடிகைகளுக்காக ஒரு அஸ்ஸோஸியேஷன்

இருக்கு ஸார். அதுல விசாரிச்சா வர்ணா இருக்காளா இல்லையான்னு தெரிஞ்சுடும்... நான் இப்பவே ட்ரை பண்ணட்டுமா ஸார்?"

"நெம்பர் தெரியுமா?"

"எனக்குத் தெரிஞ்ச ஸ்டண்ட் மாஸ்டர் ஒருத்தர் ஃபைட்டர்ஸ் அஸ்ஸோசியேஷன்ல இருக்கார். அவர்கிட்டே போன் நெம்பர் வாங்கிக்கலாம்."

"ப்ளீஸ்... டூ இட்..."

சசிகுமார் தன் செல்போனை கையில் எடுத்துக் கொண்டு அந்த அறையைவிட்டு வெளியே போனார். பத்து நிமிடம் கழித்து உள்ளே வந்தார். வின்செண்ட் ஒரு கேள்விக் குறியோடு அவரைப் பார்த்தார்.

"என்ன சசிகுமார்... அந்த துணை நடிகர் அஸ்ஸோஸியேஷன் போன் நெம்பர் கிடைச்சுதா?"

"கிடைச்சுது ஸார்... அந்த அஸ்ஸோசியேஷன் பிரஸிடெண்ட்கிட்டேயே பேசிட்டேன்."

"வாட் வாஸ் த ரிப்ளை?"

"அந்தப் பேர்ல எந்த ஒரு துணை நடிகையும் இல்லைன்னு சொல்றார் ஸார்..!"

"அப்படீன்னா யார் அந்த வர்ணா?"

"இளமாறனுக்கு மறுபடியும் கான்ஷியஸ் வரும்போது நாம கேட்க வேண்டிய முதல் கேள்வி இதுவாத்தான் இருக்கணும் ஸார்..."

"எப்போ கான்ஷியஸ் திரும்பும்ன்னு தெரியலையே?"

"ஸார்... நானும் ஜெயப்பிரகாஷும் இளமாறனுக்கு கான்ஷியஸ் திரும்புற வரைக்கும் இதே ரூம்ல இருக்கோம். அவனுக்கு நினைவு திரும்பின அடுத்த விநாடியே வர்ணா யாருங்கிற கேள்வியைக் கேட்டு பதிலை வாங்கிடறோம்..."

"தட்ஸ் குட்... நான் கமிஷனரை வேற ஒரு கேஸ் விஷயமாய்ப் பார்த்து பேச வேண்டியிருக்கு. நான் புறப்படறேன். நீங்க ரெண்டு பேரும் இளமாறனை கவனிங்க... இஃப் எனிதிங் இம்பார்ட்டன்ட்... கால் மீ..!"

"எஸ்... ஸார்..."

வின்செண்ட் புறப்பட்டு போனதும் சசிகுமாரும் ஜெயப்பிரகாஷும் அங்கிருந்த காலியான நாற்காலிகளில் தளர்வாக சாய்ந்து உட்கார்ந்தார்கள்.

நிமிடங்கள் அவஸ்தையாய் கரைந்து காணாமல் போய்க் கொண்டிருக்க, சரியாய் -

ஒரு மணி நேரம் கழித்து.....

அந்த கான்ஸ்டபிள் தயக்கத்தோடு உள்ளே வந்தார். சல்யூட் ஒன்றை தளர்வாய் அடித்துவிட்டு சொன்னார்:

"ஸார்...ஸார்... இளமாறன் செத்துட்டான்."

7

செழியன் தன்னுடைய அறையில் ஏ.சி காற்றை சுவாசித்தபடி லேப்டாப்பில் கவனமாய் இருந்த விநாடி, ஸ்வேதா, அறைக்குள் நுழைந்தாள். 23வயது. அதிகப்படி அழகு. சுருண்ட முடி.

செழியன் தலை நிமிராமல் போகவே பக்கத்தில் வந்து நின்று தன் இடதுகையின் ஆட்காட்டி விரலால் அவனுடைய பின்னந்தலையை மெள்ளத் தட்டினாள்.

"என்ன... நிஜமாவே பிஸியா... இல்ல பிஸியாய் இருக்கிற மாதிரி நடிச்சிட்டு இருக்கிறியா?"

செழியன் லேப்டாப்பினின்றும் நிமிர்ந்தான்.

"ஸாரி ஸ்வேதா... ஸ்காட்லாந்து யார்டு போலீஸ் நேத்து ராத்திரி லண்டன்ல ஒரு சாகசம் பண்ணினதை வீடியோவா எடுத்து..."

ஸ்வேதா கையமர்த்தினாள்.

"போதும் நிறுத்துறியா... ஸ்காட்லாண்ட் யார்டுக்கும் நயன்தாராவுக்கும் என்ன சம்பந்தம்?"

"நயன்தாராவா...?"

"நான் லேப்டாப்பைப் பார்த்துட்டேன்... நயன்தாரா க்ளோஸப்ல சிரிச்சுட்டிருந்தா..."

செழியன் லேப்டாப்பை சாத்தினான்.

"பார்த்துட்டியா..?"

“பின்னே..? என்னோட மூணாவது கண்ணுக்கு என்ன வேலை...? நீ என்ன திருட்டுத்தனம் பண்ணினாலும் எனக்குத் தெரிஞ்சுடும். சரி இன்னிக்குக் காலையில பதினோரு மணிக்கு ஒரு இடத்துக்குப் போகணும். அது எந்த இடம்னு ஞாபகம் இருக்கா..?”

“ஞாபகம் இருக்கு.”

“சொல்லு பார்க்கலாம்!”

“திருவள்ளூர் வரைக்கும் போய் ஹரிகிருஷ்ணன் அப்பிடிங்கற க்ளையண்ட்டைப் பார்க்கணும்.”

“தப்பா மட்டும் சொல்லியிருந்தே மவனே... இன்னிக்கு உன்னை ஒரு வழி பண்ணியிருப்பேன்.” - ஸ்வேதா சொல்லிக் கொண்டிருக்கும் போதே செழியனின் மேஜை மேல் இருந்த டெலிஃபோன் மெலிதாய் கனைத்தது. ரிஸீவரை எடுத்துப் பேசினாள் ஸ்வேதா.

“எஸ்...”

மறுமுனையில் ஒரு பெண் குரல் கேட்டது.

“அது **‘360 டிகிரி டிடெக்டிவ் ஏஜென்ஸி’**தானே..?”

“ஆமா நீங்க..?”

“என்னோட பேர் நர்த்தனா. செழியனும் நானும் காலேஜ்மேட்ஸ். செழியன் அங்கே இருக்காரா..?”

“இருக்கார்.”

“கொஞ்சம் பேசணும்...”

“எனி அர்ஜென்ஸி?”

“எஸ்...”

“அவர் ஒரு முக்கியமான மீட்டிங்ல இருக்கார். ஒரு அஞ்சு நிமிஷம் கழிச்சு போன் பண்ணட்டுமா...? காலர் ஐடில இருக்கறதுதானே உங்க நெம்பர்?”

“எஸ்...”

“நானே உங்களைக் கூப்பிடறேன்.”

அந்த நர்த்தனா தயக்கமாய் கேட்டாள். “நீங்க மிஸ் ஸ்வேதா?”

“ஆமா... உங்களுக்கு எப்படி என்னோட பேர் தெரியும்...?”

“செழியன் சொல்லியிருக்கார். நான் வெயிட் பண்றேன். ஐ எக்ஸ்பெக்ட் யுவர் கால் வித்தின் ஃபைவ் மினிட்ஸ்.”

மறுமுனையில் நர்த்தனா செல்போனை அணைத்துவிட, ஸ்வேதாவும் தன் செல்போனை மௌனமாக்கிவிட்டு செழியனிடம் பார்வையைத் திருப்பினாள். கேட்டாள்.

“போன்ல யார் தெரியுமா?”

“யாரு?”

“நர்த்தனா...”

“நர்த்தனா?” செழியன் ‘யார்’ என்பதுபோல் நெற்றியைச் சுருக்க, ஸ்வேதா குறுகுறுப்பான ஒரு பார்வையோடு கேட்டாள்:

“நர்த்தனா யார்ன்னு உனக்கு நிஜமாவே ஞாபகத்துக்கு வரலையா?”

“என்கூட காலேஜ்ல நர்த்தனான்னு ஒருத்தி படிச்சா.”

“அவளேதான். உன்னோட காலேஜ்மேட்ன்னு சொன்னா.”

“என்னவாம்...?”

“உன்கூட பேசணும்ன்னு சொன்னா. நீ பிஸியாய் இருக்கிற மாதிரி சின்னதா ஒரு பில்டப் கொடுத்தேன். என்னோட பேரு அவளுக்குத் தெரிஞ்சிருக்கு. நீ சொன்னியா?”

“ஆமா. ஒரு தடவை ஒரு ஃப்ரண்டோட கல்யாணத்துல பார்த்துகிட்டப்ப என்ன பண்ணிட்டு இருக்கேன்னு கேட்டா...”

"உடனே உன்னோட ஒட்டுமொத்த வரலாறையும் சொல்லிட்டே போலிருக்கு. பேருதான் '360 டிகிரி டிடெக்டிவ் ஏஜென்ஸி'. வருஷத்துக்கு பத்து க்ளையண்ட் கூட வர்றது இல்லைன்னு சொன்னியா?"

"ஸ்வேதா..! இன்னிக்கு நம்ம '360 டிகிரி டிடெக்டிவ் ஏஜென்ஸி' ஒரு குக்கிராமம் மாதிரி இருக்கலாம். அடுத்த அஞ்சு வருஷத்துக்குள்ளே அது சென்னை மாதிரி ஒரு மெட்ரோ சிட்டியா மாறிடும்."

"எனக்கு உன்கிட்டே பிடிச்சதே இந்த நம்பிக்கைதான்டா..! சரி அந்த நர்த்தனாவுக்கு போன் பண்ணி வரச் சொல்லட்டுமா?"

"வரச் சொல்லு... ஆனா பொறாமைப்படாதே..!"

"நான் எதுக்காக பொறாமைப்படணும்...?"

"அந்த நர்த்தனா உன்னைக்காட்டிலும் கொஞ்சம் தூக்கலாய் ரோஸ்மில்க் நிறத்துல இருப்பா. அதே சமயத்துல நீ கொஞ்சம் சந்தோஷப்படற மாதிரியும் இருப்பா."

"எனக்கென்ன சந்தோஷம்?"

"அந்த நர்த்தனாவுக்கு டபுள் சின். தாடை ஏரியா பெரிசாயிருக்கும்..!"

ஸ்வேதா செழியனை முறைத்துக் கொண்டே போனின் ரிஸீவரை எடுத்து ரீசன்ட் கால் நெம்பர் பார்த்து டயல் செய்தாள். மறுமுனையில் ரிங் போய் குரல் கேட்டது.

"ஹலோ..."

"நர்த்தனா..! நான் ஸ்வேதா."

"செழியன் ஃப்ரீயாயிட்டாரா?"

"ஆயிட்டார்... நீங்க புறப்பட்டு வாங்க... ஒருமணி நேரத்துக்குள்ளே அவர் வெளியே புறப்பட்டு போயிடுவார். நீங்க அதுக்குள்ளே வரமுடியுமா...?"

"ரெண்டு நிமிஷத்துக்குள்ளே வந்துடுவேன்."

"ரெண்டு நிமிஷமா..? இப்ப... நீங்க எங்கே இருக்கீங்க..?"

"உங்க ஆபீஸுக்கு முன்னாடிதான் வெயிட் பண்ணிட்டு இருக்கேன்..."

இந்த பதிலை எதிர்பார்க்காத ஸ்வேதா சில விநாடிகள் மௌனித்துவிட்டு சொன்னாள்.

"சரி வாங்க."

செல்போனை அணைத்துவிட்டு "கொஞ்சம் திமிர் பிடிச்சவளா இருப்பா போலிருக்கு..." என்றாள் ஸ்வேதா.

"ரெண்டு நிமிஷத்துல வர்றாளாம்."

"வரட்டும் வரட்டும்."

"எதுக்காக வர்றான்னு உன்னால கெஸ் பண்ண முடியுதா...?"

"நோ ஐடியா!"

"வெட்டி அரட்டைன்னா பேச்சை 'கட்' பண்ணிட்டு, வெளியே ஒரு முக்கியமான வேலையிருக்குன்னு சொல்லிட்டு கிளம்பிடு."

"சரி..."

"அவ உன் கூட பேசும்போது நான் இந்த ரூம்ல இருக்கலாமா...?"

"தாராளமாய்"

"அதுதானே பார்த்தேன்."

வெளியே அழைப்பு மணியின் சத்தம் கேட்டது.

"வந்துட்டாள்னு நினைக்கிறேன்..." ஸ்வேதா அந்த அறையினின்றும் வெளியேறி பிரதானக் கதவைத் திறக்க - வெளியே அந்தப் பெண் நின்றிருந்தாள். செழியன் சொன்ன மாதிரி நிஜமாகவே ரோஸ்மில்க் நிறம். டபுள் சின் என்று சொன்னது மட்டும் பொய். செதுக்கிய தினுசில் பளிங்கு மோவாய்.

"நர்த்தனா?"

"எஸ்."

"ப்ளீஸ் கம்..."

நர்த்தனா உள்ளே வந்தாள். பக்கத்து அறைக்குப் போய் செழியனைப் பார்த்து புன்னகை புரிந்தவள் அவனுக்கு எதிரே காலியாய் இருந்த நாற்காலியில் சாய்ந்தாள். நிதானமான குரலில் கேட்டாள்.

"செழியன்... ஏதாவது வேலையாய் இருக்கியா?"

"நோ... நோ... என்ன விஷயம் சொல்லு... யூ ஸீம்ஸ் டு பி வொர்ரீட்..!"

"யூ ஆர் கரெக்ட் செழியன்... நான் உன்கிட்டே சில விஷயங்களை ஷேர் பண்ணிக்கணும்."

"பை... ஆல் மீன்ஸ்..."

நர்த்தனா தயக்கத்தோடு ஸ்வேதாவை ஓர் அரை விநாடிப் பார்வை பார்க்க செழியன் சொன்னான்:

"ஸ்வேதா–ஈஸ் மை அஸிஸ்டண்ட். எம்.ஏ சைக்காலஜி கோல்ட் மெடலிஸ்ட். இந்த '360 டிகிரி டிடெக்டிவ் ஏஜென்ஸி' வெற்றிகரமாய் நடக்கக் காரணமே ஸ்வேதாதான்... எந்த ஒரு பிரச்னையா இருந்தாலும் சரி, நீ அதை என்கிட்டேயும், ஸ்வேதாகிட்டேயும் ஷேர் பண்ணிக்கலாம்."

"இட்ஸ் ஓகே" என்று சொல்லி மெள்ள தலையை ஆட்டிய நர்த்தனா தன் கையோடு கொண்டு போயிருந்த ஒரு லெதர் பேக்கைப் பிரித்து மடித்துவைத்து இருந்த தினத்தந்தி நாளிதழை எடுத்தாள். பிரித்து நான்காவது பக்கம் வெளியாகியிருந்த அந்த விளம்பரத்தைக் காட்டினாள்.

"இதைப் பாரு செழியன்."

செழியன், ஸ்வேதா இருவரின் பார்வையும் அந்த விளம்பரத்துக்குப் போயிற்று.

வருந்துகிறோம்

இந்தியன் மெடிக்கல் அஸ்ஸோஸியேஷன் தலைவரும் காவல் துறையின் தடயவியல் பிரிவில் தலைமை மருத்துவராகவும், ஆய்வாளராகவும் சிறப்பாகப் பணிபுரிந்து எல்லோருடைய இதயங்களிலும் இடம்பிடித்த டாக்டர் ராமபத்ரன் எம்.எஸ். எம்.ஆர்.சி.எப் மறைவுச் செய்தி கேட்டுப் பெரிதும் வருந்துகிறோம்.

அன்னாருடைய ஆத்மா சாந்தி அடைய இறைவனைப் பிரார்த்தித்துக் கொண்டு அன்னாரின் குடும்பத்தினர்க்கு எங்களுடைய ஆழ்ந்த இரங்கலைத் தெரிவித்துக் கொள்கிறோம்.

இப்படிக்கு
ஆறாத் துயரில் பங்கு கொள்ளும்
இந்திய மருத்துவ சங்கம்.

செழியன் அந்த இரங்கல் செய்தியைப் படித்துவிட்டு நர்த்தனாவை ஏறிட்டான்.

"யார் இந்த டாக்டர் ராமபத்ரன்? உனக்குத் தெரிஞ்சவரா?"

"இல்லை."

"அப்புறம் எதுக்காக இதைக் கொண்டுவந்து என்னைப் படிக்கச் சொல்றே..!"

"டாக்டர் ராமபத்ரனுக்கு வயசு ஐம்பத்திரண்டு. எந்த விதமான கெட்ட பழக்கமும் இல்லாதவர். பி.பி, சுகர்ன்னு எந்தப் பிரச்னையும் இல்லாத ஆரோக்கியமான உடம்புக்கு சொந்தக்காரர். போன வாரம் மலேசியா கோலாலம்பூரில் நடந்த ஒரு மருத்துவ செமினார்க்குப் போய் ஒரு மணி நேரம் பேசிட்டு வந்தவர்.

ரெண்டு நாளைக்கு முன்னால் விடியற்காலையில வாக்கிங் போக வெளியே வந்தவர், வாசற்படியிலேயே மயங்கி விழுந்து இறந்து போயிட்டார். ஹாஸ்பிடல்ல அவரை செக் பண்ணிப் பார்த்த டாக்டர்கள் குழு ராமபத்ரனுக்கு கார்டியாக் அரஸ்ட் ஏற்பட்டதாலதான் மரணம்ன்னு ரிப்போர்ட் கொடுத்து இருக்காங்க!"

"சரி... இந்த விஷயத்துல நீ இப்போ என்ன சொல்ல வர்றே?"

"டாக்டர் ராமபத்ரன் இயற்கையான முறையில் இறந்து இருக்கமாட்டார்ன்னு நான் நினைக்கிறேன்."

"சரி. எப்படி இறந்திருப்பார்ன்னு நினைக்கிறே? "

"தெரியலை... அதை நீதான் கண்டுபிடிச்சு சொல்லணும்..!"

செழியன் மெள்ளச் சிரித்துவிட்டு சொன்னான்.

"என்ன நர்த்தனா... டாக்டர் ராமபத்ரனை உனக்குத் தெரியாதுன்னு சொல்றே... அதே நேரத்துல அவர் இயற்கையான முறையில் இறந்து போகலை. அவரோட மரணத்துல மர்மம் இருக்குன்னு சொல்றே... ஒருவரைக் கொலை செய்யணும்ன்னா ஏதாவது ஒரு காரணம் - மோட்டிவேஷன் இருக்கணும் இல்லையா?"

"மோட்டிவேஷன் இருக்கு."

"என்ன மோட்டிவேஷன்..!"

நர்த்தனா மறுபடியும் கைப்பையிலிருந்து ஒரு நாளிதழை எடுத்தாள். அது ஒரு பழைய நாளிதழ் என்பது அதனுடைய அழுக்கான மடிப்புகள் காட்டிக் கொடுத்தன.

அந்த நாளிதழை நர்த்தனா கவனமாய் பிரித்து ஒரு பக்கத்தை மட்டும் விரித்து இரண்டு புகைப்படங்களோடு வெளியாகியிருந்த அந்தச் செய்தியைக் காட்டினாள்.

செழியனும், ஸ்வேதாவும் தங்களுடைய குழப்பமானப் பார்வைகளை அந்த செய்திக்குக் கொண்டு போனார்கள்.

சினிமா ஆசையால் நேர்ந்த விபரீதம்

மனைவி அரிவாளால் வெட்டிக் கொலை

கணவன் விஷம் அருந்தி தற்கொலை

இது பற்றிக் கூறப்படுவதாவது: கன்னியாகுமரி சாமியாடி கிராமத்தைச் சேர்ந்தவர் கருப்புசாமி என்கிற இளமாறன். இளமாறனின் மனைவி செவ்வந்தி. இருவர்க்கும் சில ஆண்டுகளுக்கு முன்பு திருமணம் நடந்தது. சந்தோஷமாய்ப் போய்க் கொண்டிருந்த குடும்ப வாழ்க்கையில் சினிமா ஆசை புயலாக வீசியது.

சினிமாவில் நடிக்க வேண்டும் என்கிற ஆர்வத்தால் இளமாறன் மனைவியையும், தன்னுடைய தந்தையையும் விட்டுப் பிரிந்து சென்னைக்கு வந்து மகாராணி அவென்யூவில் வீடு எடுத்து தங்கி சினிமாவில் நடிக்க வாய்ப்புகளைத் தேடி அலைந்தார். வாய்ப்புகள் கிடைக்காமல் போகவே சினிமாவுக்கு பாட்டு எழுதும் முயற்சியில் ஈடுபட்டார். இளமாறனின் சினிமா ஆசை மனைவி செவ்வந்திக்கு பிடிக்கவில்லை. வாரா வாரம் சனி, ஞாயிறு அன்று கிராமத்தில் இருந்து சென்னைக்குப் புறப்பட்டு வந்து கணவனுக்கு புத்திமதி சொல்லி கிராமத்துக்கு வரும்படி வற்புறுத்தியதாக தெரிகிறது. மனைவி தனக்கு புத்திமதி சொல்வதை இளமாறன் விரும்பவில்லை. இதன் காரணமாகவே இருவர்க்கும் இடையே கடுமையான வாக்குவாதம் நடந்துவந்து இருக்கிறது. நான்கு நாட்களுக்கு முன்பு வழக்கம்போல் சென்னை வந்து கணவன் இளமாறனோடு வாக்குவாதத்தில் ஈடுபட்டாள். வாக்குவாதம் முற்றவே ஆத்திரமும் கோபமும் அடைந்த இளமாறன் அரிவாளை எடுத்து மனைவியை வெட்டிக் கொன்று உடலை

பழைய மகாபலிபுரம் ரோடு முட்டுக்காடு அருகே உள்ள சவுக்குத் தோப்பில் புதைத்துவிட்டு தலைமறைவாகிவிட்டார்.

தலைமறைவாய் இருந்த இளமாறனை போலீஸ் தேடி வந்த நிலையில் கேளம்பாக்கம் பகுதியில் உள்ள ரோகிணி லாட்ஜின் மானேஜர் காவல்துறை கட்டுப்பாட்டு அறைக்கு ஒரு தகவல் கொடுத்தார். தன்னுடைய லாட்ஜில் அறை எடுத்து தங்கியிருந்த ஒரு நபர் விஷம் அருந்திய நிலையில் உயிர்க்கு போராடிக் கொண்டு இருப்பதாக அவர் தகவல் கொடுக்க - போலீஸார் விரைந்து சென்று பார்த்தபோது விஷம் அருந்திய நபர் இளமாறன் என்பது தெரிந்தது. அப்போது அரசு ஹாஸ்பிடலில் ஸ்ட்ரைக் நடைபெற்றதின் காரணமாய் இளமாறனை கமிஷனர் அலுவலகத்துக்கே உடனடியாய்க் கொண்டு வந்து டாக்டர் ராமபத்ரன் சிகிச்சை அளித்துள்ளார். ஆரம்பக் கட்ட சிகிச்சை பலனளித்ததின் காரணமாய் இளமாறன் சுய உணர்வுக்கு மீண்டு வாக்குமூலம் கொடுத்துள்ளார். வாக்குமூலத்தில் தன் மனைவி செவ்வந்தியைக் கொன்று முட்டுக்காடு சவுக்குத் தோப்பில் புதைத்ததையும் ஒப்புக் கொண்டார். வாக்குமூலம் கொடுத்துக் கொண்டு இருக்கும்போதே இளமாறன் சுய உணர்வு இழந்துவிட்டார். டாக்டர் ராமபத்ரன் மேற்கொண்டு சிகிச்சையளித்தும் சிகிச்சை பலன் அளிக்காமல் இளமாறன் இறந்து போனார்.

செழியனும், ஸ்வேதாவும் செய்தித்தாளில் பிரசுரமாகியிருந்த அந்த ஒட்டுமொத்த செய்தியையும் படித்துவிட்டு ஒன்றாக நிமிர்ந்து நர்த்தனாவை ஏறிட்டார்கள்.

"இந்த செய்திக்கும் டாக்டர் ராமபத்ரனோட மரணத்துக்கும் ஏதாவது சம்பந்தம் இருக்கும்ன்னு நினைக்கறியா நர்த்தனா?"

"ஆமா..."

"என்ன சம்பந்தம்?"

"தெரியலை... அதையும் நீதான் கண்டுபிடிக்கணும்."

ஸ்வேதா இப்போது குறுக்கிட்டாள். "இதோ பாருங்க நர்த்தனா... டாக்டர் ராமபத்ரன் நாலு நாளைக்கு முன்னாடி இறந்து போயிருக்கார். ஆனா செவ்வந்தியைக் கொலை செஞ்ச இளமாறன் ஆறுமாசத்துக்கு முன்னாடி இறந்து போயிருக்கான். ராமபத்ரன் ஹார்ட் அட்டாக்ல இறந்து போன சம்பவத்துக்கும் இளமாறன் பாய்ஸன் குடிச்சு செத்துப் போனதுக்கும் ஏதாவது ஒரு நூலிழை சம்பந்தமாவது இருக்க வேண்டாமா...? அப்படி ஏதாவது சம்பந்தம் இருந்தாத்தானே இந்த கேஸுக்கு ஒரு இம்பார்ட்டன்ஸ் கொடுக்க முடியும்?"

நர்த்தனா தலையசைத்தாள்.

"எஸ்... உங்க சந்தேகம் நியாயமானதுதான்" என்று சொன்ன நர்த்தனா தன் கைப்பையிலிருந்து இன்னொரு நாளிதழை எடுத்து அதன் கடைசிப் பக்கத்தில் வெளியாகியிருந்த செய்தியைக் காட்டி "படிங்க." என்றாள்.

ஸ்வேதாவும், செழியனும் சற்றே எரிச்சலோடு நர்த்தனாவைப் பார்த்தார்கள். செழியன் கோபமாய் குரலை உயர்த்தினான்.

"நர்த்தனா... அந்தப் பைக்குள்ளே இன்னும் எத்தனை நியூஸ்பேப்பர் வெச்சிருக்கே... எல்லாத்தையும் ஒண்ணா எடுத்துக் காட்டிடு."

"கோபப்படாதே செழியன்... இந்தப் பேப்பர்ல இருக்கிற நியூஸை மட்டும் படிச்சுடு. அப்புறம் உனக்கே எல்லாம் புரியும்."

ஒரு பெருமூச்சோடு தலையாட்டியவன், நர்த்தனா காட்டிய செய்தியில் பார்வையைப் போட்டான். ஸ்வேதாவும் படிக்க ஆரம்பித்தாள்.

குடிபோதையில் கார் ஓட்டிய இளைஞர் சாலையின் தடுப்புச் சுவரில் மோதி சம்பவ இடத்திலேயே பலி.

நேற்று முன்தினம் பல்லாவரம் நெடுஞ்சாலையில் வேகமாய் கார் ஓட்டி வந்த இளைஞர் ஒருவர் சாலையின் டிவைடரில் காரை மோதியதால் பெரிய அளவில் விபத்து ஏற்பட்டு சம்பவ இடத்திலேயே உயிரிழந்தார். இறந்த இளைஞரின் பெயர் சுந்தரேசன் என்பதும், அவர் கேளம்பாக்கத்தில் உள்ள 'ரோகிணி லாட்ஜ்' என்ற ஹோட்டலின் மானேஜர் என்பதும் முதற்கட்ட விசாரணையில் தெரிய வந்துள்ளது. சுந்தரேசனின் வயது 33. இன்னமும் மூன்று மாத காலத்தில் அவர்க்கு திருமணம் நடக்கவிருந்தது என்பது ஒரு துயரச் செய்தி. இது சம்பந்தமாய் போலீஸார் மேற்கொண்டு விசாரணை நடத்தி வருகிறார்கள்.

செய்தியைப் படித்துவிட்டு செழியன் நர்த்தனாவை சுவாரஸ்யம் இல்லாமல் பார்த்தான். சொன்னான்.

"நியூஸைப் படிச்சுட்டேன்."

நர்த்தனா கேட்டாள்:

"அந்த நியூஸ்ல இருக்கிற ஒரு விஷயம் உன்னோட மனசுக்கு உறுத்தலாப்படலையா...?"

"இல்லையே..!" என்றான் செழியன்.

ஸ்வேதா குறுக்கிட்டுச் சொன்னாள். "என்னோட மனசுக்குப் பட்டது."

நர்த்தனா அவளிடம் திரும்பி "அதைச் சொல்லுங்கப் பார்க்கலாம்." என்றாள்.

"இளமாறன் விஷம் குடிச்சுட்டு உயிர்க்குப் போராடிகிட்டு இருக்கிற விஷயத்தை காவல்துறையோட கட்டுப்பாட்டு அறைக்கு இன்ஃபார்ம் பண்ணினது அந்த ரோகிணி லாட்ஜ் மானேஜர்தானே?"

"சரியா நோட் பண்ணியிருக்கீங்க..."

"இன்னொரு விஷயத்தையும் நோட் பண்ணினேன். நீங்க இந்த நியூஸ் பேப்பர்களை எல்லாம் காட்டி படிக்க

சொன்ன எல்லா செய்திகளும் இளமாறனோட மரணத்தில் சம்பந்தப்பட்டு இருக்கு... நான் சொல்றது சரியா?”

“கரெக்ட்..!”

“சரி... நீங்க இப்ப என்ன சொல்ல வர்றீங்க? எங்ககிட்டே நீங்க எது மாதிரியான உதவியை எதிர்பார்க்கறீங்க..?”

“இந்த கேஸ்ல... எனக்கு ஒரு சந்தேகம்.”

“என்ன?”

“இளமாறன் விஷம் சாப்பிட்டு இறந்து போயிருக்க முடியாது.அவன் கொலை செய்யப்பட்டு இருக்கணும்.”

“அவன்தான் வாக்குமூலம் கொடுத்து இருக்கானே? தன்னோட ஓய்ஃபை கொலை பண்ணிட்டதாகவும், தலைமறைவாய் இருக்கிற தான் உயிர் வாழ விரும்பவில்லைன்னும் தெளிவாய் சொல்லியிருக்கானே?”

“அப்படி அவனை சொல்ல வெச்சிருக்காங்க..!”

“யாரு..?”

“தெரியலை. அதைக் கண்டுபிடிக்கத்தான் செழியனோட உதவியைக் கேட்டு வந்திருக்கேன்...”

செழியன் கேட்டான்.

“அந்த இளமாறன் உனக்குத் தெரிஞ்சவனா?”

“இல்லை.”

“அப்புறம் எதுக்கு இந்த வேண்டாத வேலை...?”

“செழியன்... நீ ஒரு விஷயத்தைப் புரிஞ்சுக்கணும். இந்த இளமாறன் மட்டும் இறந்து போயிருந்தா எனக்கு எந்த சந்தேகமும் வந்து இருக்காது. அப்படியே சந்தேகம் வந்து இருந்தாலும் அதைப் பொருட்படுத்தியிருக்க மாட்டேன். ஆனா இளமாறனோட மரண விவகாரத்துல சம்பந்தப்பட்ட டாக்டர் ராமபத்ரனும், ரோகிணி லாட்ஜ் மானேஜர் சுந்தரேசனும் அடுத்தடுத்து சில மாதங்களில்

இறந்து போயிருக்காங்க. அதைத்தான் என்னால டைஜஸ்ட் பண்ணிக்க முடியலை..!"

செழியன் புன்னகைத்தான். "தமிழில் ஒரு பழமொழி இருக்கு - 'காக்கா உட்கார பனம்பழம் விழுந்த மாதிரி'ன்னு. அதே மாதிரி டாக்டர் ராமபத்ரனோட மரணமும், லாட்ஜ் மானேஜர் சுந்தரேசனோட மரணமும் தற்செயலா ஏன் நடந்து இருக்கக்கூடாது..?"

"அப்படி நடந்து இருக்க வாய்ப்பில்லை செழியன்!"

"எப்படி அவ்வளவு உறுதியா சொல்றே?"

"நான் அப்படி சொல்லலை... நம்பிக்கைக்குரிய ஒருத்தர் சொல்றார்."

செழியனும் ஸ்வேதாவும் நிமிர்ந்து உட்கார்ந்தார்கள்.

"நர்த்தனா... நீ என்ன சொல்றே... நம்பிக்கைக்குரிய ஒருத்தர் சொன்னாரா?"

"ஆமா..."

"யார் அவர்?"

"ஃபாரன்ஸிக் டிபார்ட்மெண்ட்ல வேலை பார்க்கிற மானேஷ்..."

"மானேஷ்?"

"மானேஷும் நானும் கடந்த ஒரு வருஷ காலமா காதலிக்கறோம். ஒரே தெருவுலதான் குடியிருக்கோம்... மானேஷ்,ஒரு வாரமா டல்லா இருந்தார். காரணம் கேட்டப்ப அவர் சுலபத்துல சொல்லிடலை. நான் வற்புறுத்திக் கேட்டதும்தான் சொன்னார். 'செவ்வந்தி இளமாறன் கொலை விவகாரத்தில் போலீஸ் டிபார்ட்மெண்ட் உள்ளடி வேலை பார்க்கிறதால யார்கிட்டேயும் வெளிப்படையாய் எதையும் பேசிக்க முடியலை'ன்னு சொன்னார். 'நீயும் இந்த விஷயத்தை மறந்துடு'ன்னு என்கிட்டே சொன்னார். ஆனா என்னால மறக்க முடியலை. நடந்து இருக்கிற சம்பவங்களை

எல்லாம் வெச்சுப் பார்க்கும்போது இளமாறன், செவ்வந்தி, டாக்டர் ராமபத்ரன், ரோகிணி லாட்ஜ் மானேஜர் சுந்தரேசன் இவங்களோட மரணத்துக்குப் பின்னால ஏதோ ஒரு பெரிய விவகாரம் இருக்குன்னு என்னோட மனசுக்குப்படுது. இந்தப் பிரச்னையை போலீஸுக்குத் தெரியாமே இன்வெஸ்டிகேட் பண்ணி உண்மைகளைக் கொண்டு வர உன்னால முடியுமா செழியன்?"

செழியன் தன் இடது கையின் ஆட்காட்டி விரலால் நெற்றியைக் கீறினான்.

"இது பெரிய விவகாரமாய் இருக்கும் போலிருக்கே?"

"நீ சொன்னாலும் சொல்லாட்டாலும் இது ஒரு பெரிய விவகாரம்தான்."

செழியன் ஸ்வேதாவைப் பார்த்தான். "நீ என்ன நினைக்கிறே ஸ்வேதா...?"

"இன்வெஸ்டிகேஷனை ஸ்டார்ட் பண்ணி போலீஸுக்கு தெரியாமே விசாரணை பண்ணி உண்மைகளை வெளியே கொண்டு வந்துடலாம். ஆனா..!"

நர்த்தனா மெலிதாய் புன்னகைத்தாள். "உங்க தயக்கம் எதுக்காகன்னு எனக்கு நல்லாவே புரியுது ஸ்வேதா... இப்படியொரு இன்வெஸ்டிகேஷனைப் பண்ணி உண்மைகளை வெளியே கொண்டு வர்றதால எங்களோட 360 டிகிரி டிடெக்டிவ் ஏஜென்ஸிக்கு என்ன லாபம்?ன்னு கேட்க வர்றீங்க இல்லையா..?"

"அதேதான்..! நானும் செழியனும் இந்த 360டிகிரி டிடெக்டிவ் ஏஜென்ஸியை ஏதோ ஒரு ஆர்வத்துல ஆரம்பிச்சுட்டோமே தவிர பெரிசா எந்த ஒரு வருமானமும் இல்லை. மாசத்துக்கு ஒரு க்ளையண்ட் வர்றதே பெரிய விஷயமாய் இருக்கு... அது தவிர..."

மேற்கொண்டு பேச முயன்ற ஸ்வேதாவை கையமர்த்திய நர்த்தனா தன்னுடைய கைப்பையைத் திறந்து ஒரு பேங்க்

செக் புத்தகத்தைக் கையில் எடுத்து அதிலிருந்து ஒரு செக் தாளைக் கிழித்து செழியனிடம் நீட்டினாள்.

“இந்தா...”

“என்ன இது?”

“பார்த்தா தெரியலை? செக்.”

“தெரியுது... அது எதுக்கு?”

“இந்த கேஸை இன்வெஸ்டிகேட் பண்ணி உண்மைகளை வெளியே கொண்டுட்டு வர்ற இந்த அசைன்மென்ட்டை நீ ஏத்துக்கிட்டா உனக்குத் தர்றதுக்காக நிர்ணயம் செய்யப்பட்ட அட்வான்ஸ் தொகை அஞ்சு லட்சம். வேலையை வெற்றிகரமாய் முடிச்சா பத்து லட்சம்...”

செழியன் செக்கை வாங்கிக் கொள்ளாமல் கேட்டான்: “இதனால உனக்கு என்ன லாபம்...? இவ்வளவு பெரிய தொகையை எனக்கு ஃபீஸாய் கொடுக்க வேண்டிய கட்டாயம் என்ன?”

“இந்தப் ஃபீஸைக் கொடுக்கப் போறது நானில்லை.”

“அப்புறம்?”

“மொதல்ல அந்த செக்குல யாரு கையெழுத்து போட்டு இருக்காங்கன்னு பாரு!”

செழியன் அந்த செக்கை வாங்கிப் பார்த்தான்.

இரண்டு விழிகளிலும் மெள்ள மிரட்சி பரவியது. அந்தச் செக்கை அருகில் இருந்த ஸ்வேதாவிடம் மௌனமாய் நீட்ட - வாங்கிப் பார்த்த அவளுடைய அகலமான விழிகளிலும் ஆச்சர்யம் அலையடித்தது.

8

செக்கில் போடப்பட்டு இருந்த கையெழுத்தையும் அதற்குக் கீழே அச்சடிக்கப்பட்டு இருந்த நிறுவனத்தின் பெயரையும் மறுபடியும் ஒருதடவை உன்னிப்பாய் பார்த்தான் செழியன்.

பவன்லால்

ப்ரைட் நைட்ஸ் (BRIGHT NIGHTS) மீடியா பீப்பிள்.

செழியன் பிரமிப்பு அகலாத பார்வையோடு நர்த்தனாவைப் பார்த்தான். "நர்த்தனா! என்னால நம்ப முடியலை."

"எதை?"

"'ப்ரைட் நைட்ஸ் மீடியா' இந்தியாவிலேயே எவ்வளவு பெரிய கன்சர்ன்? அவங்க ரன் பண்ணிட்டு இருக்கிற பத்து டி.வி சானல்ஸ் இன்னிக்கு மக்களோட ஆல் டைம் ஃபேவரைட் அம்சங்களாயிருக்கு. இந்திய அரசியல்ல யார் ஊழல் பண்ணினாலும் அதை வெளிச்சத்துக்கு கொண்டு வர்றதுல அவங்க அசகாய சூரங்க. அந்த ப்ரைட் நைட்ஸ் மீடியாவுக்கும் உனக்கும் என்ன சம்பந்தம் நர்த்தனா?"

"என்னோட அண்ணன் பிரதாப் அந்த மீடியால சீஃப் எடிட்டராய் இருக்கார். அவர் எனக்குக் கொடுத்த அசைன்மெண்ட்தான் இது. செக்ல கையெழுத்து போட்டிருக்கிற பவன்லால்தான் ப்ரைட் நைட்ஸ் மீடியாவோட சேர்மன்."

செழியன் நர்த்தனாவை ஒரு பெருமூச்சோடு பார்த்தான்.

"உன்னோட அண்ணன் உனக்கு கொடுத்த அசைன்மெண்ட்டை நீ எனக்கு கொடுக்கிறே, இல்லையா நர்த்தனா?"

"ஆமா..."

"இதை என்னால பண்ண முடியும்ன்னு தோணலை. ஏன்னா இந்த டிடெக்டிவ் ஏஜென்ஸியை நானும் ஸ்வேதாவும் ஆரம்பிச்சு கொஞ்ச நாள்தான் ஆச்சு... இதுவரைக்கும் உருப்படியாய் ஒரு கேஸைக்கூட கண்டுபிடிக்க முடியலை... ப்ரைட் நைட்ஸ் மீடியா பீப்பிள் நினைச்சா இந்தியாவில் இருக்கக் கூடிய ஒரு மிகப்பெரிய டிடெக்டிவ் ஏஜென்ஸிகிட்டே இந்த அசைன்மெண்ட்டைக் கொடுத்து உண்மைகளை வெளிக் கொண்டு வரலாமே?"

"அவங்க பெரிய பெரிய டிடெக்டிவ் ஏஜென்ஸிகளை நம்பி இந்தப் பொறுப்புகளை ஒப்படைக்க விரும்பலை... ஏன்னா விஷயம் வெளியே போயிடுமோங்கிற பயம்..."

"நர்த்தனா... நான் என்ன சொல்ல வர்றேன்னா..."

செழியன் ஏதோ பேச முயல ஸ்வேதா அவனைக் கையமர்த்திவிட்டு நர்த்தனாவிடம் திரும்பினாள்.

"நர்த்தனா... இந்த அசைன்மெண்ட்டை நானும் செழியனும் எடுத்துக்கிறோம்... உங்களுக்கு ரிசல்ட் எத்தனை நாளைக்குள்ளே வேணும்..?"

"ரெண்டு வாரத்துக்குள்ளே."

"ரொம்பவும் ஷார்ட் பீரியடாய் இருக்கு... இன்னும் ஒரு வாரம் சேர்த்துக் கொடுக்க முடியுமா...?"

சில நொடிகள் யோசித்துவிட்டு "நோ ப்ராப்ளம்... யூ கேன் டேக்..!" சொன்ன நர்த்தனா தன் கையில் வைத்து இருந்த விசிட்டிங் கார்டு ஒன்றை நீட்டினாள். "இது என்னுடைய கார்டு... ஏதாவது அவசரமாய் என்னைக் காண்டாக்ட் பண்ண விரும்பினா இந்த நெம்பர்ல பண்ணலாம்."

“ஓ..கே...” - ஸ்வேதா கார்டை வாங்கிக் கொள்ள, நர்த்தனா ஒரு புன்னகையோடு விடைபெற்றுக் கொண்டு வெளியேறினாள்.

அவள் போகும் வரை மௌனம் காத்த செழியன் ஒரு கோபப் பார்வையோடு ஸ்வேதாவை ஏறிட்டான்.

“என்ன தைரியத்துல ஒத்துக்கிட்டே?”

“எல்லாம் நீ இருக்கிற தைரியத்துலதான்.”

“ஸ்வேதா... விளையாடாதே... இது எவ்வளவு பெரிய விவகாரமான விஷயம் தெரியுமா...? ஏதோ ஒரு விபரீதமான சம்பவத்தாலதான் அந்த நாலு பேர் செத்துப் போயிருக்காங்க... அது கொலையா... தற்கொலையான்னு போலீஸுக்கே தெரியாது. செவ்வந்தியை இளமாறன் ஆறு மாசத்துக்கு முன்னாடி கொலை பண்ணிட்டு அவனும் தற்கொலை பண்ணிட்டு செத்துப் போயிருக்கான். நாலு நாளைக்கு முன்னாடி டாக்டர் ராமபத்ரன் மேல போயிருக்கார். இதுக்கு ரெண்டு மாசத்துக்கு முன்னாடி அந்த ரோகிணி லாட்ஜ் மானேஜர் மனோகர் ரோடு ஆக்ஸிடெண்ட்ல காலி ஆயிட்டான். இந்த நாலு மரணங்களையும் போலீஸ் ஏதோ ஒரு காரணத்துக்காகத்தான் மேற்கொண்டு கிளறாம கிடப்புல போட்டு வெச்சிருக்காங்க...”

“அதை நாம கிளறுவோம்..!”

“வேண்டாம் ஸ்வேதா...”

“அப்படீன்னா... ஒரு வேலை செய்.”

“என்ன?”

“இன்னிக்கே இந்த ‘360 டிகிரி டிடெக்டிவ் ஏஜென்ஸி’யை நடத்தறதை விட்டுட்டு ஒரு மளிகைக் கடை ஆரம்பிச்சுடலாம்... நான் கல்லால உட்கார்ந்துக்கிறேன். நீ மளிகை சாமான்களை பொட்டலம் கட்டிக் குடு... எப்படியோ நாளு ஓடிடும்.”

“என்ன ஸ்வேதா... இப்படி பேசறே..?”

“பின்னே எப்படி பேசறதாம்... நாயைக் காணோம், பொண்டாட்டியைக் காணோம்ன்னு வர்ற கேஸ்களை மட்டும் எடுத்துக்கிட்டு ரெண்டாயிரம், அஞ்சாயிரம்ன்னு சம்பாதிக்கவா இந்த டிடெக்டிவ் ஏஜென்ஸியை ஆரம்பிச்சிருக்கோம். ஒரு கேஸ் வந்தாலும் இப்படி வரணும்... அட்வான்ஸ் அமௌண்ட் எவ்வளவுன்னு பார்த்தியா..? அஞ்சு லட்சம்..! கேஸை சக்ஸஸ்ஃபுல்லா முடிச்சா பத்து லட்சம்...”

“ஸ்வேதா... நீ சொல்ற விஷயமெல்லாம் கேட்கறப்ப சந்தோஷமாத்தான் இருக்கு. ஆனா... இந்தக் கேஸை ஒழுங்கா நம்மால இன்வெஸ்டிகேட் பண்ண முடியுமா...?”

“முடியும்...”

“எப்படி...?”

“மொதல்ல பேப்பரையும் பேனாவையும் எடுத்துக்கிட்டு... இப்படி என் முன்னாடி வந்து உட்காரு.”

9

செழியனும், ஸ்வேதாவும் வண்ணாரப்பேட்டைக்கு அருகில் இருந்த ஒரு பெரிய பூவரச மரத்துக்கு அடியில் பைக்கை ஸ்டாண்டிட்டு நிறுத்திவிட்டு பக்கத்து சந்தில் நடந்தார்கள்.

சாயந்தர நான்கு மணி வெய்யில் உக்கிரம் தணிந்து கடல் காற்று இணைந்து இருந்தது.

சந்து அரதப் பழசாய் - சிமெண்ட் கான்கிரீட் சதுரங்கள் பெயர்ந்து சிதிலமாய் தெரிய, இருவரும் ஜாக்கிரதையாய் நடை போட்டார்கள். செழியன் சந்தின் குறுக்கே போன ஒரு சாக்கடையைத் தாண்டிக் கொண்டே கேட்டான்.

"ஸ்வேதா..! அட்ரஸ் சரிதானான்னு ஒரு தடவைப் பார்த்துக்க..."

"பார்த்துட்டேன்... முத்து காளத்தி முதல் சந்து இதுதான். வீட்டு நெம்பர் 78 - அந்தப்பக்கம் வருமா... இந்தப்பக்கம் வருமா தெரியலை. நான் இந்தப்பக்கம் பார்க்கிறேன். நீ அந்தப்பக்கம் பாரு..."

ஒரு ஐந்து நிமிஷம் நடந்திருப்பார்கள். ஸ்வேதா நின்றாள். "செழியன்! 78-ம் நெம்பர் வீடு வந்தாச்சு."

செழியன் நிமிர்ந்து பார்த்தான். அது ஒரு பழைய மாடி வீடு. கீழ் போர்ஷன் வீட்டுக் கதவில் 78 ஏ என்று பெயிண்ட்டால் எழுதப்பட்டிருந்தது. வாசல் பைப் அருகே

நின்றிருந்த ஒரு நடுத்தரவயதுப் பெண் வாயில் வெற்றிலைச் சாறுடன் கேட்டாள்.

"யாரு வேணும்?"

"இங்கே... செவ்வானன்னு ஒருத்தர்?"

"சினிமாவுக்குப் பாட்டு எழுதற ஆளா?"

"ஆமா..."

"மாடியில இருப்பாரு... போய்ப் பாருங்க."

செழியனும், ஸ்வேதாவும் மாடியேறினார்கள். குறுகலான படிகளில் மெதுவாய் ஏறி வெறுமனே சாத்தப்பட்டு இருந்த கதவுக்கு முன்பாய் நின்றார்கள். செழியன் கதவை மெள்ளத் தட்ட உள்ளேயிருந்து குரல் சற்றே அதட்டலாய் வெளிப்பட்டது.

"யாரது...?"

ஸ்வேதா கதவைத் தள்ளினாள். அது சிரமமாய் உள்ளே போயிற்று. ஜன்னலோரமாய் உட்கார்ந்து புத்தகம் ஒன்றைப் படித்துக் கொண்டிருந்த அந்த கெச்சலான இளைஞன் பார்வைக்குக் கிடைத்தான். இருவரையும் பார்த்துவிட்டு தயக்கமாய் எழுந்தான்.

"யாரு...?"

"இங்கே செவ்வானன்ங்கிறது..?"

"நான்தான்... நீங்க...?"

"போலீஸ்..! உன்கூட கொஞ்சம் பேசணும்." செழியன் ஓரடி முன்னால் போக – அந்த செவ்வானன் அதிர்ந்த முகமாய் எழுந்து நின்றான்.

"ஸ... ஸார்..." – உடம்பு தன்னிச்சையாய் நடுங்கியது.

"பயப்படாதே... ஒரு சின்ன விசாரணைதான். நியாயப்படிப்பார்த்தா உன்னை போலீஸ் ஸ்டேஷனுக்கு வரவழைச்சு விசாரிச்சிருக்கணும்... இது ஒரு ரகசியமான விசாரணைங்கிற காரணத்தால நாங்களே வந்துட்டோம்..."

"நான் எந்தத் தப்பும் பண்ணலை ஸார்."

"நீ தப்பு பண்ணினதா யார் சொன்னது..? நாங்க கேட்கிற கேள்விக்கு மட்டும் நீ ஒழுங்கா பதில் சொன்னாப் போதும். ஆனா அந்த பதில்ல உண்மை இருக்கணும். அப்பிடி இருந்தா போலீஸ் ஸ்டேஷனுக்கு நீ வரவேண்டியிருக்காது..." - ஸ்வேதா சொல்லிக் கொண்டே அவனுக்கு எதிரே போய் நின்றாள்.

"கே... கே... கேளுங்க மேடம்..!"

"ஆறுமாசத்துக்கு முன்னாடி தன்னோட பொண்டாட்டி செவ்வந்தியைக் கொலை பண்ணிட்டு தானும் தற்கொலை பண்ணிக்கிட்டு செத்துப் போனானே - இளமாறன்... அவன் உனக்கு க்ளோஸ் ஃப்ரண்ட்தானே...?"

செவ்வானன் பதில் பேசாமல் மௌனமாய் நின்றான். ஸ்வேதா குரலை உயர்த்தினாள்.

"என்ன... நான் கேள்வி கேட்டது உனக்குப் புரியலையா...? இல்ல நான் பேசினதே காதுல விழலையா...?"

"அ... அ... அவன் என்னோட ஃப்ரண்ட்தான் மேடம்."

"எத்தனை வருஷமா?"

"ரெண்டு வருஷமாய் மேடம்..."

"பொய் சொல்லாதே... ரெண்டு நாளா சினிமா இண்டஸ்ட்ரியில் இருக்கிற சில பேரைப் போய்ப் பார்த்து விசாரணைப் பண்ணிட்டுத்தான் வர்றோம். இளமாறனும் நீயும் பத்து வருஷமாய் ஃப்ரண்ட்ஸாய் இருக்கிறதாய் சொன்னாங்களே..?"

"அவங்க பொய் சொல்லியிருக்காங்க மேடம்... நான் சென்னைக்கு வந்தே ரெண்டரை வருஷம்தான் ஆகுது..."

"உனக்கு சொந்த ஊர் எது?"

"ராஜபாளையத்துக்குப் பக்கத்துல கல்லுப்பட்டி. சினிமாவுக்கு பாட்டு எழுதற ஆசையில சென்னைக்கு

வந்தேன். இளமாறனுக்கு சொந்த ஊரு சாமியாடி கிராமம். அவன் நடிக்கிறதுக்காக வந்தான். நடிக்க வாய்ப்பு கிடைக்காம சினிமாவுக்கு பாட்டு எழுத ஆசைப்பட்டு என்கூடப் பழக ஆரம்பிச்சான்."

செழியன் குறுக்கிட்டு கேட்டான். "பாட்டு எழுத அவனுக்கு வாய்ப்பு கிடைச்சதா?"

"ரெண்டு மூணு வாய்ப்பு கிடைச்சது ஸார்... ஆனா எதுவும் ஹிட்டாகலை..."

"சரி... இளமாறன் நல்லவனா கெட்டவனா?"

"ரொம்பவும் நல்லவன் ஸார்."

"எப்படி சொல்றே?"

"ஸார்... அவன்கிட்டே எந்த ஒரு கெட்டப் பழக்கமும் இல்ல ஸார். சிகரெட் குடிக்கமாட்டான். தண்ணியடிக்கமாட்டான். சினிமா இண்டஸ்ட்ரியில் இருந்தாலும் பொண்ணுங்ககிட்டே பேசவே தயங்குவான். எனக்கு எல்லா கெட்ட பழக்கமும் இருக்கு ஸார். அதையெல்லாம் விட்டுடச் சொல்லி எனக்கு மணிக்கணக்குல புத்திமதி சொல்வான்."

"நிஜமாவா?"

"ஆமா ஸார்."

"அவ்வளவு நல்லவனா – கட்டின பெண்டாட்டியை வெட்டிக் கொலை பண்ணினான்?"

செவ்வானன் மௌனித்தான்.

ஸ்வேதா கேட்டாள்:

"என்ன பேச்சையே காணோம்?"

"அதான் மேடம் எனக்கும் புரியலை. இளமாறன் தன்னோட ஒய்ஃப் செவ்வந்தி மேலே உயிரையே வெச்சிருந்தான்."

"அப்படி உயிரை வெச்சிருந்தவனா அரிவாளைக் கையில் எடுத்திருப்பான்...?"

"எனக்கு என்ன சொல்றதுன்னே தெரியலை மேடம்."

"சரி... இளமாறன் - செவ்வந்தி விஷயமா ஆறு மாசத்துக்கு முன்னாடி போலீஸ் உன்கிட்டே விசாரணைக்கு வந்தாங்களா?"

"வந்தாங்க மேடம்."

"யார் வந்தாங்கன்னு தெரியுமா?"

"இன்ஸ்பெக்டர் சசிகுமார்ன்னு ஒருத்தர்."

"விசாரணைக்காக நீ போலீஸ் ஸ்டேஷன் போனியா?"

"இல்ல மேடம்... நீங்க இப்ப வந்த மாதிரி ஒரே ஒரு தடவைதான் இங்கே வந்தார். பொதுவா ஒரு விசாரணையைப் பண்ணிட்டு போயிட்டார்."

"அதுக்கப்பறம் அவர் உன்கிட்டே விசாரணைக்கு வரவே இல்லை...?"

"இல்ல மேடம்..."

"இளமாறன் செவ்வந்தியைக் கொலை பண்ணியிருக்கமாட்டான்னு நீ நினைக்கறியா?"

"எனக்கு அந்த சந்தேகம் இருக்கு மேடம். ஏன்னா அவனைப் பத்தி எனக்குத் தெரியும்."

"சரி... வர்ணா யார்ன்னு உனக்குத் தெரியுமா?"

"தெரியும் மேடம்."

10

ஸ்வேதா செவ்வானனை வியப்பாய்ப் பார்த்தாள்.

"யார் அது?"

"இளமாறனோட மனைவி செவ்வந்திதான்."

செழியனும் ஸ்வேதாவும் பரஸ்பரம் திகைப்பான பார்வைகளைப் பரிமாறிக் கொண்டார்கள். செழியன் அதிர்ச்சி மாறாத குரலில் கேட்டான்.

"நீ என்ன சொல்றே... செவ்வந்திதான் வர்ணாவா?"

"ஆமா ஸார்..."

"எப்படி...?"

"செவ்வந்தி சினிமாவில் நடிக்கறதுக்காகத் தன்னோட பேரை 'வர்ணா'ன்னு வெச்சுகிட்டா... அதுக்கான எல்லா முயற்சியும் எடுத்துகிட்டா. அவளோட இந்த சினிமா ஆசை இளமாறனுக்குப் பிடிக்கலை..."

"நீ இப்ப சொல்லிட்டு இருக்கிற விஷயம் நாங்க கேள்விப்பட்ட விஷயத்திலிருந்து நிறைய மாறுபட்டு இருக்கே செவ்வானன்? உண்மையில இளமாறனுக்குத்தானே சினிமா ஆசை? அந்த சினிமா ஆசையிலிருந்து அவனைக் கூட்டிட்டு போகத்தானே சாமியாடி கிராமத்தில் இருந்து செவ்வந்தி வாரா வாரம் சென்னைக்கு வந்துட்டு இருந்தா...?"

"அப்படி வந்துட்டு இருந்தது உண்மைதான் ஸார். ஒரு கட்டத்துல செவ்வந்திக்கும் சினிமா மேல ஒரு ஈர்ப்பு

வந்துருச்சு, தானும் சென்னையிலேயே தங்கி நடிக்கப் போறதா அவ சொன்னது இளமாறனுக்குப் பிடிக்கலை. சினிமா, பெண்களுக்கான துறை கிடையாதுன்னு சொல்லி இளமாறன் மறுப்பு தெரிவிச்சுட்டு இருந்தான். ஆனா செவ்வந்தி கேட்கலை... இந்தக் காரணத்துக்காகவே அவங்க ரெண்டு பேர்க்கும் சண்டை வரும்."

"செவ்வந்தியோட இன்னொரு பேர்தான் வர்ணாங்கிற விஷயம் இன்ஸ்பெக்டர் சசிகுமார்க்குத் தெரியுமா?"

"தெரியும் ஸார்... நான் சொல்லியிருக்கேன்."

"சரி... அந்த இன்ஸ்பெக்டர் சசிகுமாரைத் தவிர போலீஸ் டிபார்ட்மெண்ட்ல வேற யார்யார்க்கெல்லாம் செவ்வந்திதான் 'வர்ணா'ங்கிற விஷயம் தெரியும்..?"

"அந்த விபரம் எல்லாம் எனக்குத் தெரியாது ஸார். இன்ஸ்பெக்டர் சசிகுமார் ஒரே ஒரு தடவைதான் என்கிட்டே விசாரணைக்கு வந்தார். இப்ப நீங்க கேட்டமாதிரியே கேள்விகளைக் கேட்டார். அதுக்கப்புறம் அவர் வரலை... பேப்பர்லேயும் இளமாறன் செவ்வந்தி பத்தின செய்திகளைப் பார்க்க முடியலை..."

"நீ இதைப்பத்தி என்ன நினைக்கிறே?"

"நான் இதுல நினைக்க என்ன ஸார் இருக்கு..? முதல் ஒரு மாசம் மனசுக்கு கஷ்டமாய் இருந்தது. அதுக்கப்புறம் நான் என்னோட பொழைப்பைப் பார்க்கிறதுல எல்லாத்தையும் மறந்துட்டேன். இப்ப நீங்க மறுபடியும் போலீஸிலிருந்து வந்து இருக்கீங்க... விசாரணை பண்ணிட்டு இருக்கீங்க..!"

"செவ்வானன்! நீ இப்ப சொன்ன விவரங்களை எல்லாம் வெச்சுப் பார்க்கும்போது இளமாறன் செவ்வந்தியோட மரணங்களுக்குப் பின்னாடி வேற ஏதோ விவகாரம் இருக்குன்னு நாங்க நினைக்கிறோம். போலீஸ் டிபார்ட்மெண்ட்டும் இந்தக் கேஸை க்ளோஸ் பண்ணி மேற்கொண்டு யாரும் அதைப் புலன்விசாரணை பண்ணாதபடிப் பார்த்துக்கிட்டு இருக்காங்க."

செவ்வானன் குழப்பமாய் அவர்களைப் பார்க்க - ஸ்வேதா ஒரு அரைப் புன்னகையுடன் சொன்னாள்:

"நாங்க ரெண்டு பேரும் போலீஸ் டிபார்ட்மெண்ட் கிடையாது... இந்தக் கேஸ்ல இருக்கிற உண்மைகளை வெளியே கொண்டு வர்றதுக்கான முயற்சியில ஈடுபட்டிருக்கிற ஒரு டிடெக்டிவ் ஏஜென்ஸி. நீ மட்டும் சரியான முறையில ஒத்துழைப்பு கொடுத்தா இளமாறன் செவ்வந்தி மரணங்களுக்குப் பின்னாடி எது மாதிரியான உண்மை இருந்தாலும் வெளியே கொண்டு வந்துடலாம்."

"சொல்லுங்க மேடம்...நான் என்ன செய்யணும்?"

"இளமாறனோட நெருங்கிப் பழகினது நீ மட்டும்தானா... இல்லை வேற யாராவது இருக்காங்களா?"

"நான் மட்டும்தான்... அவன் யார் கூடவும் நெருங்கிப் பழகி நான் பார்த்தது இல்லை..."

"அப்படீன்னா நாங்க கேக்கப் போகிற கேள்விக்கெல்லாம் நிறுத்தி நிதானமா யோசனை பண்ணி பதில் சொல்லு."

செவ்வானன் பயத்தோடு தலையாட்டினான்.

11

செங்கல்பட்டு. சென்னையின் ஹைவேஸ் ரோட்டை விட்டு விலகி, கோணல்மாணலான பாதையில் ஒரு பத்து நிமிஷ நேரம் பயணித்த பிறகே அந்தப் பழமையான கட்டிடம் **'அரவணைப்பு'** என்கிற பெயர்ப் பலகையோடு பார்வைக்குக் கிடைத்தது.

செழியனும் ஸ்வேதாவும் பைக்கினின்றும் இறங்கி, சுற்றும் முற்றும் பார்த்தார்கள்.

சற்று தூரத்தில் ஆடுகளை மேய்த்துக் கொண்டிருந்த ஒரு சிறுமி மட்டும் தெரிய ஸ்வேதா சொன்னாள் –

"செழியன்..!"

"ம்..."

"இடத்தைப் பார்த்தியா...?"

"ம்... பார்த்துகிட்டுதானே இருக்கேன்..! பேய்ப் படங்கள் எடுக்கிற டைரக்டர்ஸ் யாராவது பார்த்துட்டாங்கன்னா இந்த இடத்திலேயே சூட்டிங் நடத்தி படத்தை முடிச்சுடுவாங்க..."

"ரொம்பப் பழைய கட்டிடமா இருக்கு... இடது பக்க சுவர்ல பாரு... எவ்வளவு பெரிய விரிசல்..."

இருவரும் பேசிக் கொண்டே பெயிண்ட் உதிர்ந்து துரு பிடித்துப் போன காம்பௌண்ட் கேட்டுக்கு முன்பாய் வந்து நின்றார்கள்.

கதவைத் தள்ளி உள்ளே போக –

செடிகளுக்கு தண்ணீர் ஊற்றிக் கொண்டிருந்த இளம்பெண் கையில் இருந்த வாளியை அப்படியே வைத்துவிட்டு வேகவேகமாய் வந்தாள்.

"யார் வேணும்...?"

ஸ்வேதா கேட்டாள்:

"இந்த விடுதியை யார் பார்த்துக்கறாங்க...?"

"தேவகியம்மா..."

"அவங்களைப் பார்க்கணும்."

"நீங்க...?"

"மத்திய அரசோட மனித உரிமை மேம்பாட்டு வாரியத்திலிருந்து வர்றோம்."

"அதோ... அந்த ரூம்ல படுத்துட்டு இருக்காங்க. அவங்களுக்கு உடம்பு கொஞ்சம் சரியில்லே."

"என்ன உடம்புக்கு?"

"ரெண்டு நாளா ஒரேக் காய்ச்சல்... ஆனா பேசுவாங்க."

செழியனும் ஸ்வேதாவும் அந்தப் பெண் காட்டிய அறையை நோக்கிப் போனார்கள். கதவு திறந்திருக்க, சுவரோரக் கட்டிலில் சாய்ந்து உட்கார்ந்து டம்ளரில் இருந்த ஏதோ ஒன்றை ஸ்பூனால் எடுத்து சாப்பிட்டுக் கொண்டு இருந்த அந்த அறுபது வயது மதிக்கத்தக்க பெண் சாப்பிடுவதை நிறுத்திவிட்டு இருவரையும் ஒரு குழப்பப் பார்வை பார்த்தாள்.

"யாரு?"

ஸ்வேதா சொன்னாள்.

"மனித உரிமை மேம்பாட்டு வாரியத்தில் இருந்து வர்றோம். தமிழ்நாட்டில் இருக்கிற பெண்களுக்கான ஆதரவற்றோர் இல்லங்கள் எப்படி செயல்படுதுன்னு பார்த்து ரிப்போர்ட் ஒண்ணைத் தயார் பண்ற வேலையில ஈடுபட்டு இருக்கிறோம்!"

தேவகி கையில் இருந்த டம்ளரை பக்கத்திலிருந்த ஸ்டூலில் வைத்துவிட்டு தனக்கு முன்பாய் இருந்த காலியான நாற்காலிகளைக் காட்டினாள்.

"வாங்க... உட்காருங்க..!"

இருவரும் போய் உட்கார்ந்தார்கள். அந்த தேவகியம்மா சில விநாடிகள் மௌனமாய் இருந்துவிட்டு கேட்டாள்

"உங்களுக்கு என்ன விவரம் வேணும்?"

பேனாவைக் கையில் எடுத்துக் கொண்ட ஸ்வேதா நோட்டைப் பிரித்து வைத்துக் கொண்டாள்.

"இந்த 'அரவணைப்பு' இல்லம் எந்த வருஷம் ஆரம்பிக்கப்பட்டதுன்னு சொல்ல முடியுமா...?"

"இது 1945-ம் வருஷம் இந்தப் பகுதியில இருந்த ஜமீன்தார் ஒருத்தரால ஆரம்பிக்கப்பட்டதற்கான ரிக்கார்ட்ஸ் இருக்கு. கடந்த 20 வருஷ காலமாய்த்தான் தமிழ்நாடு அரசு இதை தன்னோட கட்டுப்பாட்டுக்குள்ளே கொண்டு வந்து மாசா மாசம் மான்யம் கொடுத்துட்டு இருக்கு."

"நீங்க இங்கே எத்தனை வருஷமாய் பொறுப்பாளரா இருக்கீங்க..?"

"இருபது வருஷமா..."

"இந்த அரவணைப்பு இல்லத்துல எத்தனை பெண்கள் இருக்காங்க?"

"இப்போ 59 பேர். இதுல 37 பேர் வெளியே வேலைக்குப் போற பெண்கள். மீதி 22 பேர் படிச்சிட்டிருக்காங்க..."

"வேலைக்குப் போற பெண்கள் இங்கேயே தங்க வேண்டிய அவசியம் என்ன...? அவங்க சம்பாத்தத்திலேயே வெளியே தங்கிக்கலாமே...?"

"இங்கே தங்கியிருக்கிற ஒவ்வொரு பொண்ணுக்கும் கல்யாணம் ஆகிறவரைக்கும் பாதுகாப்பு தரவேண்டியது இந்த **அரவணைப்பு** இல்லத்தோட நோக்கம்."

"ஆண்கள் இங்கேயிருக்கிற பெண்களைக் கல்யாணம் பண்ணிக்க முன்வர்றாங்களா?"

"நிறைய பேர் வர்றாங்க... ஆனா அரசாங்கத்தால நியமனம் பண்ணின லாயர் ஒருத்தர் கல்யாணம் பண்ணிக்கப் போற ஆண்களைப் பத்தின முழுவிபரங்கள் தெரிஞ்ச பின்னாடிதான் ரெண்டு பேரும் கல்யாணம் பண்ணிக்கலாம்ங்கிற ஒப்புதலைக் கொடுப்பாங்க!"

"சமீபத்துல அப்படி கல்யாணம் பண்ணிக்கிட்ட பெண்கள் யார் யார்ன்னு சொல்ல முடியுமா...?"

"போன வருஷம் ரெண்டு கல்யாணம் நடந்தது. ஒரு பொண்ணு பேர் கோமதி. இன்னொரு பொண்ணோட பேரு செவ்வந்தி."

"கோமதி, செவ்வந்தி - இவங்களோட கல்யாணப் போட்டோ இருக்கா...?"

"இருக்கே!" என்று சொன்ன தேவகியம்மா தனக்கு இடதுபக்கம் இருந்த சுவர் அலமாரியில இருந்து ஒரு ஆல்பத்தை எடுத்துப் பிரித்து அவர்களிடம் நீட்டினாள்.

செழியனும், ஸ்வேதாவும் போட்டோவை பார்த்துவிட்டு முகத்தில் எந்தவிதமான ஒரு சலனத்தையும் காட்டிக் கொள்ளாமல் ஆல்பத்தை திருப்பிக் கொடுத்தார்கள். ஸ்வேதா மட்டும் சில விநாடிகள் மௌனமாய் இருந்துவிட்டு கேட்டாள்.

"இங்கேயிருந்து வெளியே போன பெண்கள் மறுபடியும் இந்த இல்லத்துக்கு வந்து உங்களைப் பார்க்கிறது உண்டா?"

"சில பேரு வருவாங்க... பெரும்பாலானவங்க ஏதாவது ஒரு ஊர்ல செட்டில் ஆயிடுவாங்க."

"போன வருஷம் கல்யாணம் பண்ணிக்கிட்டு போன கோமதியும், செவ்வந்தியும் சமீபத்துல வந்து பார்த்தாங்களா?"

"இல்லை..."

"சரி. இந்த இல்லத்தை நாங்க சுத்திப் பார்க்கலாமா...?"

“தாராளமா போய்ப் பாருங்க... எனக்கு உடம்பு சரியில்லாததால நடக்க சிரமமாய் இருக்கு. இங்கே வேலை செய்யற பொண்ணைக் கூப்பிடறேன். அவ உங்களுக்கு எல்லாத்தையும் சுத்திக் காட்டுவா...” என்று சொன்ன தேவகியம்மா அறையின் வாசலைப் பார்த்து சற்றே சத்தமாய் குரல் கொடுத்தாள்.

“புஷ்பா..!”

அடுத்த விநாடியே ஒரு பெண் வாசலில் வந்து நின்றாள்.

“நம்ம இல்லத்தைச் சுத்திக்காட்டு!”

“சரிங்கம்மா”

செழியனும், ஸ்வேதாவும் எழுந்து அந்தப் பெண்ணின் பின்னால் போக, கட்டிலில் இருமியபடி உட்கார்ந்திருந்த தேவகியம்மா ஒரு நிமிஷ நேரம் கழித்து மெதுவாய் எழுந்து ஜன்னல் அருகே வந்து எட்டிப் பார்த்தாள்.

சற்றுத் தொலைவில் புஷ்பாவோடு அவர்கள் போய்க் கொண்டு இருப்பதைப் பார்த்துக் கொண்டே இடுப்பின் மறைவில் - தீப்பெட்டி சைஸில் இருந்த அந்த செல்போனை எடுத்து ஒரு எண்ணைத் தொடர்பு கொண்டு பேசினாள்:

“நான் தேவகி..!”

மறுமுனையில் ஓர் ஆண்குரல் கேட்டது.

“சொல்லு.”

“மனித உரிமை மேம்பாட்டு வாரியத்திலிருந்து வர்றோம்ன்னு சொல்லிகிட்டு ரெண்டு பேர் ‘அரவணைப்பு’க்குள்ளே நுழைஞ்சிருக்காங்க.”

“எதுக்காகன்னு கேட்டியா?”

“கேட்டேன்... தமிழ்நாட்ல இருக்கிற பெண்களுக்கான ஆதரவற்றோர் இல்லங்கள் எப்படி செயல்படுதுன்னு பார்த்து ரிப்போர்ட் ஒண்ணைத் தயார் பண்ற வேலையில் ஈடுபட்டு இருக்கிறதாச் சொன்னாங்க.”

“நீ அவங்களை சந்தேகப்படறியா?”

“ஆமா...”

“சந்தேகம் வரக் காரணம்?”

“நம்ம இல்லத்துல சமீபத்துல நடந்த ரெண்டு பொண்ணுங்க கல்யாணப் போட்டோக்களைக் கேட்டு வாங்கிப் பார்த்தாங்க. அந்த ரெண்டு பேர்ல செவ்வந்தியும் ஒருத்தி...”

“சந்தேகத்துக்கு இது மட்டும்தான் காரணமா?”

“அவங்க கேட்ட இன்னொரு கேள்வியும் காரணம்.”

“என்ன கேட்டாங்க...”

“இங்கேயிருந்து வெளியே போற பெண்கள் மறுபடியும் இல்லத்துக்கு வந்து உங்களைப் பார்க்கிறது உண்டான்னு கேட்டாங்க..!”

“எனக்கும் சந்தேகம் வருது... இப்ப அவங்க எங்கே இருக்காங்க...?”

“நம்ம இல்லத்தை சுத்திப் பார்க்கணும்ன்னு சொன்னாங்க... புஷ்பாகூட அனுப்பி வெச்சேன்.”

“சரி. நீ டென்ஷன்படாமே அவங்க கேட்கிற கேள்விக்கெல்லாம் பதில் சொல்லு... மத்ததையெல்லாம் நான் பார்த்துக்கிறேன்.”

“செவ்வந்தி முடிஞ்சு போன விஷயம்ன்னு நீ போன மாசம்தான் சொன்னே... ஆனா அதைக் கிளறிப் பார்க்க யாரோ ரெண்டு பேர் புறப்பட்டு வந்து இருக்காங்க... எனக்கு பயமாயிருக்கு!”

“பரமசிவன் கழுத்தில் இருக்குற பாம்பு, எதுக்கும் பயப்படக்கூடாது.”

12

காலை பதினோரு மணி.

360 டிகிரி டிடெக்டிவ் ஏஜன்ஸியின் உள்ளறையில் செவ்வானனை தங்களுக்கு முன்பாய் உட்கார வைத்துக் கொண்டு செழியனும் ஸ்வேதாவும் நிதானமான குரலில் பேசிக் கொண்டிருந்தார்கள்.

"செவ்வானன்..! நேத்து நீ கொடுத்த தகவல்படி அந்த 'அரவணைப்பு' இல்லத்துக்கு போனோம். இளமாறன் அந்த ஆதரவற்ற பெண்கள் இல்லத்தில் இருந்துதான் செவ்வந்தியை செலக்ட் பண்ணி கல்யாணத்தை முடிச்சிருக்கான். அந்த விடுதியை நிர்வாகம் பண்ணிட்டு வர்ற தேவகியம்மாவையும் பார்த்தோம். செவ்வந்தி கொலை செய்யப்பட்ட விஷயம்கூட அந்த அம்மாவுக்குத் தெரியலை."

"ஸார்... என்கிட்டே இளமாறன் ஆறு மாசத்துக்கு முந்தி ஒரு தடவை சொன்னது இன்னமும் நல்லா ஞாபகம் இருக்கு..! 'செவ்வானன்..! என்னையும் என்னோட ஒய்ஃபையும் யாரோ ஃபாலோ பண்றாங்க... அது எதுக்காகன்னு தெரியலை. கொஞ்சம் பயமா இருக்கு. ஊருக்குப் போய் செட்டிலாயிடலாம்ன்னு இருக்கேன். இந்த நேரத்துல போய் செவ்வந்திக்கு சினிமாவில் நடிக்கிற ஆசை. எனக்கு என்ன செய்யறதுன்னு தெரியலை'ன்னு சொன்னான்."

"அந்த இல்லத்துலதான் ஏதோ தப்பு இருக்குன்னு சொல்ல வர்றியா?"

"கண்டிப்பா ஸார்..."

"என்ன தப்பு இருக்கும்ன்னு நினைக்கிறே?"

"என்னால யூகம் பண்ண முடியலை ஸார்... நீங்க அந்த தேவகியம்மாவை சரியான முறையில விசாரணை செய்யலைன்னு நினைக்கிறேன்."

"அவங்களுக்கு உடம்பு சரியில்லாத காரணத்தாலத்தான் விசாரிக்க முடியலை... நாலைஞ்சு நாள் கழிச்சு மறுபடியும் ஒரு தடவை போய்..."

செழியன் சொல்லிக் கொண்டிருக்கும்போதே வெளியில் இருந்து காலிங்பெல் ஒலித்தது.

"நான் போய்ப் பார்க்கிறேன்." - சொன்ன ஸ்வேதா வெளிக்கதவை நோக்கி வேகமாய் நடந்து தாழ்ப்பாளை விலக்கினாள். லேசாய் முகம் மாறினாள்.

கதவுக்கு வெளியே நின்றிருந்த இன்ஸ்பெக்டர் சசிகுமார் ஸ்வேதாவைப் பார்த்ததும் கேட்டார்:

"உள்ளே வரலாமா?"

"நீங்க...?"

"சந்திரா நகர் போலீஸ் ஸ்டேஷன் இன்ஸ்பெக்டர் சசிகுமார்..."

"என்ன விஷயமா..?"

"உள்ளே போய் பேசலாமா...?"

"கம்..!" சொல்லிவிட்டு ஸ்வேதா நடக்க அவளைப் பின் தொடர்ந்தார் சசிகுமார். உள்ளறைக்குள் நுழைந்த சசிகுமாரைப் பார்த்து செழியனும், செவ்வானனும் தன்னிச்சையாய் எழுந்து நின்றார்கள்.

அறையில் நீடித்த மௌனத்தைக் கலைத்தார் சசிகுமார்.

"உட்கார்ந்து பேசலாமா... இல்லை இப்படி நின்னுட்டே பேசலாமா...?"

செழியன் நாற்காலியைக் காட்டி அவசரக் குரலில் சொன்னான். "உட்கார்ங்க ஸார்."

சசிகுமார் உட்கார்ந்ததும் செழியன், செவ்வானன், ஸ்வேதா மூன்று பேரும் தயக்கத்தோடு உட்கார்ந்தார்கள்.

ஸ்வேதா துணிச்சலை வரவழைத்துக் கொண்டு கேட்டாள். "சொல்லுங்க... ஸார்... என்ன விஷயமா வந்து இருக்கீங்க?"

"உங்களுக்கு சம்பந்தமே இல்லாத வேண்டாத வேலை ஒண்ணைப் பண்ணிக்கிட்டு இருக்கீங்க... அதைப்பத்தின என்கொய்ரிதான் இது."

"வேண்டாத வேலையா?"

"ஆமா. போலீஸ் டிபார்ட்மெண்ட் ஒரு கேஸோட ஃபைலை க்ளோஸ் பண்ணின பின்னாடி, அதை வலுக்கட்டாயமாய் ஓப்பன் பண்ணி விசாரணை செய்யக்கூடிய உரிமையை உங்களுக்கு யார் கொடுத்தது..?"

"என்ன கேஸ் ஸார்..?"

"எடுத்த எடுப்பிலேயே பொய் பேச ஆரம்பிச்சுட்டீங்க. இனி இங்கே உட்கார்ந்து நான் எந்த ஒரு கேள்வியைக் கேட்டாலும் உங்க வாயிலிருந்து உண்மை வராது. மூணு பேரும் எந்திரிங்க... ஸ்டேஷனுக்குப் போயிடுவோம்."

"ஸார்... நாங்க என்ன தப்பு பண்ணிட்டோம்னு ஸ்டேஷனுக்கு கூப்பிடறீங்க?"

"போலீஸ் டிபார்ட்மெண்ட்டைச் சேர்ந்தவங்கன்னு இந்த செவ்வானன்கிட்டே பொய் சொல்லி, முடிஞ்சு போன இளமாறன் செவ்வந்தி கேஸைக் கிளறிப் பார்த்தது முதல் குற்றம். அதுக்குப் பின்னாடி 'அரவணைப்பு'ங்கிற ஆதரவற்ற பெண்கள் இல்லத்துக்குப் போய் செவ்வந்தியைப் பத்தி விசாரணை பண்ணி அங்கே ஒரு குழப்பத்தை உண்டு பண்ணியிருக்கீங்க... எல்லாத்துக்கும் மேலாய் மத்திய அரசைச் சேர்ந்த மனித உரிமை மேம்பாட்டு

வாரியத்திலிருந்து வர்றோம்ன்னு பொய் சொல்லியிருக்கீங்க. இதெல்லாம் எவ்வளவு பெரிய சட்டவிரோதமான காரியங்கள்ன்னு தெரியுமா?"

செழியன், ஸ்வேதா, செவ்வானன் மூன்று பேரும் இறுகிப் போன முகங்களோடு உட்கார்ந்திருக்க சசிகுமார் பேச்சைத் தொடர்ந்தார்.

"என்ன... இதையும் பொய்ன்னு சொல்லப் போறீங்களா?"

செழியன் தயக்கமாய் குரலை இழுத்தான்.

"ஸா... ஸார்... நாங்க ரெண்டு பேரும் போலீஸ் டிபார்ட்மெண்ட்ன்னும், மனித உரிமை மேம்பாட்டு வாரியத்தில் இருந்து வர்றோம்ன்னு பொய் சொன்னது தப்பு தான். அந்த பொய்யில் எந்த ஒரு மிஸ்யூஸூம் கிடையாது. 'இளமாறன் - செவ்வந்தி' மர்டர் விஷயமா நான் நடத்திக்கிட்டு இருக்கிற இந்த டிடெக்டிவ் ஏஜென்ஸீக்கு ஒரு அசைன்மெண்ட் வந்தது. அதனாலத்தான் விசாரணை பண்ணினோம்."

"அதைக் கொடுத்தது யாரு?"

"ஸாரி ஸார்... நாங்க நடத்திட்டு இருக்கிற டிடெக்டிவ் ஏஜென்ஸியில் ஒரு சில ரூல்ஸ் இருக்கு. அதுல ஒண்ணு.... ஒரு க்ளையண்ட்டோட பேரைச் சொல்லக்கூடாது!"

சசிகுமார் மெள்ளச் சிரித்தார். "நல்ல பாலிஸிதான்! ஆனா நீங்க நடத்திகிட்டு இருக்கிற இந்த ஓட்டை ஒடிசல் டிடெக்டிவ் ஏஜென்ஸிக்கே இவ்வளவு ரூல்ஸ் அண்ட் ரெகுலேசன் இருக்கும்போது அரசாங்கத்தோட ஓர் அங்கமான போலீஸ் டிபார்ட்மெண்ட்ல எவ்வளவு ஃபார்மாலிடீஸ் இருக்கும்? சட்டப்படி போலீஸ் ஹேண்டில் பண்ணி முடிக்கப்பட்ட ஒரு கேஸை கோர்ட் அனுமதியில்லாமல் தனிப்பட்ட டிடெக்டிவ் ஏஜென்ஸிங்க கையில எடுத்துக்கிட்டு விசாரணை செய்யக் கூடாது."

"ஸாரி ஸார்."

"இது வெறும் 'ஸாரி'யோட முடியுற விஷயம் இல்லை."

"அப்புறம்..?"

"உங்க மேல சட்டப்படி நடவடிக்கை எடுக்க அஸிஸ்டண்ட் போலீஸ் கமிஷனர் உத்தரவு போட்டிருக்கார். ஸோ... உங்க மூணு பேரையும் கைது பண்ணி ஸ்டேஷனுக்கு கூட்டிட்டுப் போகத்தான் வந்திருக்கேன்."

"இது என்ன ஸார் அநியாயம்?"

"நியாயம் எது... அநியாயம் எதுன்னு ஸ்டேஷனுக்குப் போய் பேசிக்கலாம். மூணு பேரும் எந்த விதமான எதிர்ப்பையும் காட்டாம வெளியே நின்னுட்டு இருக்கிற ஜீப்புல போய் ஏறிக்கிறது உத்தமம். ஏதாவது எதிர்ப்பு தெரிவிச்சா அதுக்கப்புறம் என்னோட நடவடிக்கைகள் வேற விதமாய் இருக்கும்."

13

போலீஸ் கமிஷனர் அலுவலகம்.

சசிகுமார் நின்று கொண்டிருக்க, அஸிஸ்டண்ட் கமிஷனர் வின்செண்ட் தனக்கு முன்பாய் இறுகிய முகங்களோடு உட்கார்ந்திருந்த செழியன், ஸ்வேதா, செவ்வானன் மூன்று பேரையும் பார்த்தார்.

"அந்த அசைன்மெண்ட்டை உங்களுக்குக் கொடுத்தது யாருன்னு சொல்லிட்டா உங்களுக்கு எந்த ஒரு பிரச்னையும் இல்லாமே நான் பார்த்துக்கிறேன். சொல்லுங்க... இளமாறன்,செவ்வந்தி மரண சம்பவங்களை ஆஃப் த ரிக்கார்டாய் விசாரிக்க உங்களுக்கு ஆஃடர் கொடுத்தது யாரு?"

செழியனும், ஸ்வேதாவும் மௌனம் சாதித்தார்கள். சில விநாடிகளுக்குப் பின் செழியன் சொன்னான்.

"ஸாரி ஸார்."

"அதாவது... சொல்ல மாட்டே?"

"எஸ் ஸார்."

"நீ என்னம்மா சொல்றே?"

"அதே ஸாரிதான் ஸார்."

"செவ்வானன்! உனக்குத் தெரியுமா?"

"தெரியாது ஸார்... இவங்க... என்னை முதல்ல விசாரிக்க வந்தப்ப போலீஸ்ன்னு சொன்னாங்க. அப்புறம் 'டிடெக்டிவ்

ஏஜென்ஸி'ன்னு சொன்னாங்க. இளமாறன் செவ்வந்தி விஷயத்துல எனக்கு என்னென்ன உண்மைகள் தெரியுமோ அதையெல்லாம் சொல்லிட்டேன்."

"செவ்வந்தி 'அரவணைப்பு' அநாதை விடுதியில வளர்ந்த பொண்ணுங்கிற உண்மையையும் நீதான் சொன்னியா?"

"ஆமா... ஸார்."

அஸிஸ்டண்ட் கமிஷனர் வின்செண்ட்டின் பார்வை செழியனையும், ஸ்வேதாவையும் மாறிமாறி பார்த்தது.

"ஒரு போலீஸோட கேஸை - அதுவும் ஃபைல் க்ளோஸ் பண்ணின ஒரு கேஸை ஒரு தனிப்பட்ட டிடெக்டிவ் ஏஜென்ஸி ஹேண்டில் பண்றது எவ்வளவு பெரிய குற்றம் தெரியுமா?"

ஸ்வேதா துணிச்சலை வரவழைத்துக் கொண்டு பேசினாள். "இதோ பாருங்க ஸார்... உண்மையான குற்றவாளியை யாரும் கண்டுபிடிச்சுடக் கூடாதுங்கிறதுக்காக உங்க போலீஸ் டிபார்ட்மெண்ட் அந்த ஃபைலை க்ளோஸ் பண்ணி வெச்சிருந்தாங்க. அதை நாங்க ஓப்பன் பண்ணி உண்மையான குற்றவாளியைக் கண்டுபிடிக்கற முயற்சிகளை எடுத்துகிட்டோம். அது தப்பா...?"

"உங்களுக்கு அந்த அசைன்மெண்ட்டைக் கொடுத்தது யாரு... அந்த உண்மை மட்டும் எங்களுக்கு வேணும். அந்த உண்மையை மட்டும் சொல்லிட்டு நீங்க போயிட்டே இருக்கலாம்."

செழியன் உறுதியான குரலில் சொன்னான்.

"ஸார்... உங்களோட சட்ட நடவடிக்கைகள் எதுமாதிரியாக இருந்தாலும் பரவாயில்லை. அதை நாங்க ஃபேஸ் பண்ணத் தயாராய் இருக்கோம். அசைன்மெண்ட் கொடுத்த க்ளையண்ட்ஸ் யாருங்கிற விஷயத்தை மட்டும்

சொல்ல மாட்டோம். இந்த விவகாரத்தை நீங்க கோர்ட்டுக்குக் கொண்டு போனாலும் சரி, அங்கேயும் இந்த விஷயத்தை ஓப்பன் பண்ண மாட்டோம்."

"இதுதான் உங்க உறுதியான முடிவா?"

"உறுதியான முடிவு மட்டும் அல்ல ஸார்... இறுதியான முடிவும் கூட..!"

அஸிஸ்டண்ட் போலீஸ் கமிஷனர் தன்னிடம் இருந்த செல்போனை எடுத்து ஒரு எண்ணைத் தொடர்பு கொண்டு ஒரு சின்ன சிரிப்போடு பேசினார்:

"அவங்க ஜெயிச்சிட்டாங்க!... நீ... ரூமை விட்டு வெளியே வாம்மா..!"

போலீஸ் கமிஷனர் பேசிவிட்டு செல்போனை அணைத்தபடி செழியனையும் ஸ்வேதாவையும் பார்த்தார்.

"கொஞ்சம் பின்னாடி திரும்பிப் பாருங்க."

இருவரும் குழப்ப முகங்களோடு திரும்பிப் பார்த்தார்கள்.

பக்கத்து அறையின் கதவைத் திறந்தபடி மூவரையும் நோக்கி வெளியே வந்து கொண்டிருந்தாள் நர்த்தனா.

செழியனும், ஸ்வேதாவும் அதிர்ந்து போனவர்களாய் தன்னிச்சையாய் எழுந்து நின்றார்கள்.

நர்த்தனா அவர்களுக்குப் பக்கத்தில் இருந்த ஒரு காலியான நாற்காலியில் உட்கார்ந்தாள்.

செழியன் கேட்டான்.

"நர்த்தனா... நீ... இங்கே... எப்படி...? உன்னைப் பத்தியும் நீ கொடுத்த அசைன்மெண்ட் பத்தியும் போலீஸ்கிட்டே எதுவுமே சொல்லக் கூடாதுன்னு நாங்க பிடிவாதமாய் இருந்துகிட்டு இருக்கோம். ஆனா நீ இங்கே இருக்கே...? எங்களைச் சுத்தி என்ன நடந்துட்டிருக்குன்னு புரியலை..!"

அஸிஸ்டண்ட் கமிஷனர் வின்சென்ட் குறுக்கிட்டார். அவர் குரலில் இப்போது மாற்றம். "செழியன்..! உங்க

குழப்பத்தை நான் தெளிய வைக்கிறேன். ஆறுமாசத்துக்கு முன்னாடி 'இளமாறன்-செவ்வந்தி' ரெண்டு பேருமே மர்மமான முறையில இறந்து போனாங்க. அது சம்பந்தமான விசாரணையில நானும், இன்ஸ்பெக்டர் சசிகுமாரும், ஜெயப்பிரகாஷும் இறங்கினப்ப அந்த சமயத்தில் டி.ஜி. பியாய் இருந்த வடநாட்டைச் சேர்ந்த மல்ஹோத்ரா இந்தப் பிரச்னையில் ஆஃப் த ரிக்கார்டாய் தலையிட்டு கேஸை மேற்கொண்டு விசாரிக்கா விடாம க்ளோஸ் பண்ணி முடிக்கச் சொன்னார். நாங்க மேலதிகாரிங்களைப் பகைச்சுக்க முடியாததால வேற வழியில்லாம அந்தக் கேஸை கிடப்பில் தூக்கிப் போட்டோம். இப்படி எத்தனையோ கேஸை கிடப்பில் தூக்கிப் போட்டு இருந்தாலும் இந்த 'இளமாறன்-செவ்வந்தி' மரணங்கள் என்னோட மனசுக்கு நெருடலா இருந்துச்சு.

அந்த நெருடல் கடந்த ரெண்டு வாரங்களா இல்லை. காரணம் டி.ஜி.பி போஸ்டிலிருந்து ரிடையரான மல்ஹோத்ரா போன மாசம் மும்பையில மாரடைப்புக் காரணமா இறந்துப் போனார். அப்படி அவர் இறந்து போனது மனசுக்கு கஷ்டமாய் இருந்தாலும் ஒருவகையில் ஒரு சின்ன சந்தோஷத்தையும் கொடுத்தது. சந்தோஷத்துக்கு காரணம் 'இளமாறன் செவ்வந்தி' மரணங்கள் சம்பந்தப்பட்ட கேஸை மறுபடியும் ஓப்பன் பண்ணி உண்மையான குற்றவாளியைக் கண்டுபிடிச்சுடலாம்ங்கிற எண்ணம்தான். இது சம்பந்தமாய் ஆரம்பத்திலிருந்தே 'இளமாறன் - செவ்வந்தி' மரணத்துல பல சந்தேகங்களை எழுப்பிட்டிருந்த ஃபாரன்ஸிக் டிபார்ட்மெண்ட்டைச் சேர்ந்த மானேஷ் இந்த விஷயத்துல உதவ முன்வந்தார்.

அதாவது போலீஸ் டிபார்ட்மெண்ட்டே இந்த விஷயத்தில் இன்வெஸ்டிகேஷனில் இறங்கினா மறுபடியும் ஏதாவது பிரச்னை வரலாம். அதனால ஒரு பிரைவேட் டிடெக்டிவ் ஏஜென்ஸிகிட்டே இந்த அசைன்மெண்ட்டைக்

கொடுத்து விசாரிக்கலாம்ன்னு சொன்னார். அப்படிச் சொன்னது மட்டுமில்லாமல் தான் காதலிக்கிற நர்த்தனாவுக்கு தெரிஞ்ச டிடெக்டிவ் ஏஜென்ஸியான உங்களைப் பத்தியும் சொன்னார். அதுக்கப்பறம் நர்த்தனா உங்களை வந்து பார்த்து இந்த அசைன்மெண்ட்டைக் கொடுத்தது உங்களுக்குத் தெரியும்."

செழியனும், ஸ்வேதாவும் வியப்பில் உறைந்து போனவர்களாய் உட்கார்ந்திருந்தார்கள். அடுத்த சில வினாடிகளில் ஸ்வேதா மட்டும் வியப்பை உதறிவிட்டுக் கேட்டாள்.

"அப்படீன்னா நர்த்தனா சொன்ன அந்த 'பிரைட் நைட்ஸ் மீடியா' இந்த விவகாரத்துல சம்பந்தப்படலையா... ?"

"இல்லை... ஆனா உங்களை நம்ப வைக்கவும் சின்சியராய் இன்வெஸ்டிகேஷன் செய்ய வைக்கவும் அந்த கம்பெனி பேர்ல ஒரு போலி செக் ரெடி பண்ணிக் கொடுத்தோம். நல்லவேளை நீங்க இன்னமும் அந்த செக்கை பேங்க்ல போடலை."

"ஸார்..! இந்த கேஸை வெற்றிகரமாய் முடிச்சு உண்மைக் குற்றவாளியைக் கண்டுபிடிச்சு எல்லா உண்மைகளையும் வெளியே கொண்டு வந்த பின்னாடிதான் அந்த செக்கை பேங்க்ல போடணும்ன்னு நினைச்சுட்டிருந்தோம்."

"அந்தச் செக்கை கிழிச்சுப் போட்டுட்டு.. இதோ இந்த செக்கை வாங்கிக்கோங்க.." என்று ஒரு புதிய செக் ஒன்றை ஸ்வேதாவின் கையில் தந்தார்.

"இப்ப இதை நீங்க உங்க பேங்க்ல போடலாம். கண்டிப்பா பாஸ் ஆயிடும். உங்களை இந்த கேஸ்ல இன்வால்வ் பண்ணினதின் மூலமாய் இந்த ஒரு வாரத்துக்குள்ளேயே இளமாறன்-செவ்வந்தி மரணங்களுக்குப் பின்னாடி இருக்கிற குற்றவாளி யாருங்கிற உண்மை வெளிச்சத்துக்கு வந்து... சி.பி.ஐயோட வாசற்படி வரைக்கும் போயிடுச்சு. நீங்க

புத்திசாலித்தனமா செஞ்ச விசாரணைதான் அதுக்கு காரணம். அதுக்கான ஃபீஸ்தான் நாங்க கொடுத்த அஞ்சு லட்சம். இந்த போலீஸ் டிபார்ட்மெண்ட்டோட அவார்ட்.

இந்த கேஸ்ல நீங்க எவ்வளவு உறுதியாகவும் நேர்மையாகவும் இருக்கீங்கன்னு தெரிஞ்சுக்கத்தான் இன்ஸ்பெக்டர் சசிகுமாரும் நானும் கொஞ்சம் கெடுபிடியோட நடந்துகிட்டோம். கடைசிவரை நீங்க உங்க முடிவுல உறுதியா இருந்தது மனசுக்கு சந்தோஷமாய் இருக்கு!"

ஸ்வேதா இடைமறித்துக் கேட்டாள்.

"ஸார்... நானும் செழியனும் இந்த அசைன்மெண்ட்ல ரெண்டே ரெண்டு பேரைத்தான் என்கொயர் பண்ணினோம். ஒருத்தர் செவ்வானன். இன்னொருத்தர் 'அரவணைப்பு' இல்லத்தின் நிர்வாகப் பொறுப்பில் இருக்கிற தேவகியம்மா. இவங்ககிட்ட விசாரணை பண்ணினதில் எங்களால எந்த உண்மையையும் கண்டுபிடிக்க முடியலை. குற்றவாளி யார்ன்னும் கெஸ் பண்ண முடியலை... நீங்க எப்படி கண்டுபிடிச்சீங்க?"

"இதுக்குப் பேர்தான் இன்விஸிபிள் இன்வெஸ்டிகேஷன்."

"புரியலை ஸார்."

"புரியும்படியாவே சொல்றேன்." என்று சொன்ன அஸிஸ்டண்ட் கமிஷனர் தனக்கு முன்பாய் இருந்த கம்ப்யூட்டரை இயக்கத்துக்கு கொண்டு வந்தார். கம்ப்யூட்டர் திரையில் 'பெப்பர் சால்ட்' வெளிச்சப் புள்ளிகள் பரவின.

14

கம்ப்யூட்டர்க்கு ஒரு பென்ட்ரைவை கொடுத்துக் கொண்டே பேசினார் அஸிஸ்டண்ட் கமிஷனர்.

“இளமாறன்-செவ்வந்தி மரணத்துல இருக்கற ஒரு உண்மையை வெளியே கொண்டு வர்றதுக்காக நானும் இன்ஸ்பெக்டர்ஸ் சசிகுமாரும், ஜெயப்பிரகாஷும் நர்த்தனா மூலமா உங்களை அணுகின விஷயம் எதிரிகளுக்கு தெரியும்படியா நாங்க இலைமறைவு காய்மறைவாய் நடந்துகிட்டோம். அதன் காரணமாய் குற்றவாளி உங்களுடைய நடவடிக்கைகளைக் கண்காணிக்கலாம்ங்கிற சந்தேகம் எங்களுக்கு இருந்தது.

அந்த சந்தேகம் உண்மையாவும் மாறுச்சு. குற்றவாளிக்கு வேண்டிய நபர்கள் உங்களை கண்காணிச்சாங்க. நாங்க அவங்களைக் கண்காணிச்சு மடக்கினோம். அவங்களை எங்களோட மறைவான இடத்துக்குக் கொண்டு போனோம். விசாரிச்சோம். முதலில் உண்மைகள் வரலை. தேர்ட் டிகிரி ட்ரீட்மெண்ட் கொடுத்ததில் எல்லா உண்மைகளும் தலைத் தெறிக்க வெளியே வந்துருச்சு. அதைத்தான் இப்போ பார்க்கப் போறீங்க..!”

சொல்லிவிட்டு கம்ப்யூட்டரை ஆன் செய்தார்.

திரையில் அரையிருட்டாய் ஓர் அறை தெரிய, இரண்டு இளைஞர்கள் முக்கால் நிர்வாண நிலையில் சுவரோரமாய் உட்கார வைக்கப்பட்டிருந்தார்கள். சுற்றிலும் போலீஸ் அதிகாரிகள் அரைவட்டமாய் நிற்க, ஒரு அதிகாரி அந்த

இரண்டு பேர்களிடமும் மாறி மாறி கேள்விகள் கேட்டுக் கொண்டிருந்தார். கேள்விகள் ஹிந்தியில் கேட்கப்பட்டன.

"உம் பேர் என்ன?"

"தாஹில்."

"உம் பேரு?"

"அபய்..."

"ரெண்டு பேருக்கும் ஊரு எது?"

"புனே."

"புனேயில் இருக்கிற நீங்க ரெண்டு பேரும் எதுக்காக சென்னைக்கு வந்து செழியனையும் ஸ்வேதாவையும் ஃபாலோ பண்ணனும்?"

"அவங்களோட நடவடிக்கைகளைக் கண்காணிக்க..."

"எதுக்காக கண்காணிக்கனும்?"

"நவந்தர்சாகேப்போட கட்டளை."

"யாரந்த நவந்தர்சாகேப்?"

"புனேயில் மிகப்பெரிய தொழில் அதிபர். மஹாராஷ்ட்ராவின் மிகப்பெரிய பத்துப் பணக்காரர்கள்ல அவரும் ஒருத்தர்."

"அவர்க்கும் இளமாறன்–செவ்வந்திக்கும் என்ன சம்பந்தம்?"

"செவ்வந்தி, நவந்தர்சாகேப்போட பொண்ணு..!"

"என்ன சொல்றே?"

"நவந்தர்சாகேப் பிறந்து வளர்ந்தது சென்னையில... அவர் இங்கே சௌகார்பேட்டையில இருந்தப்ப ஒரு பொண்ணோட நெருக்கமா பழகினார். அவளுக்குப் பொறந்த குழந்தைதான் செவ்வந்தி. பிரசவத்துல அந்தப் பொண்ணு இறந்து போக... நவந்தர்சாகேப் பழைய வாழ்க்கையை மறைக்க அந்தக் குழந்தையை அரவணைப்பு அநாதை

இல்லத்துல சேர்த்துட்டு புனேக்கு போய் அங்கே ஒரு கல்யாணம் செஞ்சுகிட்டு வாழ்க்கையில படிப்படியாய் முன்னேறி மிகப்பெரிய பணக்காரரா ஆயிட்டார்.

எந்த ஒரு பிரச்னையும் இல்லாமல் இருந்த நவந்தர்சாகேப்புக்கு ஒரு தடவை இளமாறன் போன் செஞ்சு 'அநாதை விடுதியில் இருந்த உன்னுடைய மகளத்தான் நான் கல்யாணம் செஞ்சு இருக்கிறேன். செவ்வந்தி உன்னுடைய மகள்ங்கிற உண்மையை எனக்கு சொன்னது அந்த அநாதை விடுதியோட வாட்ச்மேன் கந்தைய்யா. அவன் இப்போ உயிரோட இல்லை. அவ உன் பொண்ணுனு உண்மை உன்னுடைய குடும்பத்துக்கும், இந்த உலகத்துக்கும் தெரிய வரும்போது நீ யாரையும் நிமிர்ந்து பார்க்க முடியாது. நீ இந்த உலகத்துல நெஞ்சை நிமிர்த்திக்கிட்டு நடக்க விரும்பினா எனக்கு ஒரு பெரிய தொகையைத் தரணும்.அப்பிடியே சொத்துல ஒரு பங்கை எனக்கும் செவ்வந்திக்கும் எழுதி வைக்கணும்'னு இப்படி பல நிபந்தனைகளை இளமாறன் விதிச்ச காரணத்தால நவந்தர்சாகேப்புக்கு பயங்கர கோபம். அவங்க ரெண்டுப் பேரையும் தீர்த்துக்கட்ட எங்களை சென்னைக்கு அனுப்பினார்... டாக்டர் ராமபத்ரனும், லாட்ஜ் மேனேஜரும் எங்களுக்கு உதவி செஞ்சாங்க. கொஞ்ச நாள் கழிச்சு எங்களுக்கு உதவி செஞ்ச அந்த ரெண்டு பேரையும் போட்டுத் தள்ளினோம்."

கம்ப்யூட்டர் திரையில் வாக்குமூலம் போய்க் கொண்டிருக்க, அஸிஸ்டண்ட் கமிஷனரின் செல்போன் முணுமுணுப்பாய்க் கூப்பிட்டது.

செல்போனை எடுத்து அழைப்பது யார் என்று பார்த்தார்.

சி.பி.ஐ ஸ்பெஷல் விங்கின் ஆபீஸர் சாவ்லா கூப்பிட்டுக் கொண்டிருந்தார்.

செல்போனை காதுக்கு ஒற்றினார்.

"மிஸ்டர் வின்செட்?"

"ஹோல்டிங் ஸார்."

"அமெரிக்காவுக்குப் புறப்பட்டுச் செல்லத் தயாராக இருந்த நவந்தர்சாகேப்பை ஐந்து நிமிடங்களுக்கு முன்பு கைது செய்து விட்டோம்."

"வெரி வெல்டன்..!!!" என்றார் வின்சென்ட்.

●●●

திக் திக் திவ்யா

இந்த கதை 1987 ஆம் ஆண்டு
க்ரைம் என்ற மாத இதழில் வெளிவந்தது

1

கு முளி.

தேயிலைத் தோட்டங்கள் கெட்டியான பனிப்போர்வையில் சிக்கியிருக்க - அந்தப் போர்வையை விலக்கும் முயற்சியில் ஈடுபட்டிருந்தான், அப்போது பிறந்த குங்குமநிற சூரியன். கேரள செக்போஸ்ட் அருகே நிறைய லாரிகள் வரிசையாய் தவமிருக்க - தேயிலை பறிப்புக்கு போகும் பெண்கள் மலைச்சரிவுகளின் வகிடுகளில் இறங்கிக் கொண்டிருந்தார்கள்.

செழிப்பான தேயிலைத் தோட்டங்களுக்கு மத்தியில் - தந்தத்தால் செய்த மாதிரி எமரால்ட் க்ரீன் எஸ்டேட் கட்டிடம் தெரிய அதன் பால்கனி வராந்தாவில் - சக்கர நாற்காலியில் - உட்கார்ந்திருந்த துர்கா பரமேஸ்வரி - அறையின் உட்பக்கம் பார்த்து குரல் கொடுத்தாள்.

"சுதா..!!"

"இதோ... வந்துட்டேன்ம்மா..."

அந்தப் பணிப்பெண் சுதா ஓடிவந்தாள்.

"எனக்கு காபி கலந்திட்டிருந்தியா..?"

"ஆமாம்மா..."

"காபி எனக்கு வேண்டாம்... பாதி டம்ளர் வெந்நீர்ல ரெண்டு ஸ்பூன்-க்ளுகோஸ் கரைச்சு குடு... என்னமோ தெரியலை மனசு பூராவும் பட படப்பாவே இருக்கு..."

சுதா சிரித்தாள். “உங்க படபடப்புக்கு காரணம் எனக்குத் தெரியும்மா... அஞ்சு வருஷமா வெளிநாட்ல இருந்த திவ்யாம்மா இன்னிக்கு வர்றாங்க... அதானே..?”

துர்கா பரமேஸ்வரியின் கண்களில் ஸ்படிகமாய் நீர்த்துளிகள் மின்னின. போர்த்தியிருந்த சால்வையால் கண்களை ஒற்றிக்கொண்ட அவளுக்கு ஐம்பது வயது இருக்கலாம். பணச் செழிப்புக்கு ஏற்ற மாதிரி இல்லாமல் உடம்பு வற்றிப் போயிருந்தது. முகத்தில் அறுபது வயதின் சுருக்கங்கள். தலையில் ஒட்டாமல் சிலும்பும் மெலிதான நரைமுடி.

சுதா ப்ளாஸ்க்கிலிருந்த வெந்நீரை டம்ளரில் பாதி அளவுக்கு எடுத்துக் கொண்டு – க்ளுகோஸ் பாக்கெட்டைத் தேடிக் கொண்டிருந்தபோது அந்த ஷூ சத்தம் கேட்டது.

சுதா நிமிர்ந்தாள்.

சிவப்பிரகாஷ் கனமான கம்பளிக்கோட்டிலும் கனகராஜ் உல்லன் ஸ்வெட்டரிலும் - வராந்தாவின் கோடியில் தெரிந்தார்கள். சுதா அவசர அவசரமாய் துர்கா பரமேஸ்வரியிடம் வந்தாள்.

“அம்மா..! அய்யாவோட தம்பியும், உங்க தம்பியும் வர்றாங்க...”

“வரட்டும்... நான்தான் அவங்களை வரச் சொல்லியிருந்தேன்...” துர்கா பரமேஸ்வரியையே பார்த்தபடி வந்து கொண்டிருந்த - சிவப்பிரகாஷ் நடுத்தர வயதில் தோற்றம் காட்ட கனகராஜ் முப்பது வயதில் இருந்தான். இரண்டு பேரின் தலைகளிலும் பனிக்குல்லாய் ஏறியிருந்தது.

சிவப்பிரகாஷ் “அண்ணி..!” என்றபடி துர்கா பரமேஸ்வரியின் அருகே வந்து நின்றார்.

“சிவா... அஞ்சு வருஷத்துக்கு முன்னாடி... மதுரை ஏர்போர்ட்ல அவளை வழியனுப்பி வெச்சப்ப என்னோட ரெண்டு கண்ணும் நல்லா இருந்தது. கையும் காலும்

ஆரோக்கியமா இருந்தது. இப்போ ரெண்டு கண்ணும் பட்டுபோய் - பார்வை தெரியாமே முடக்குவாதத்துல கையும் காலும் வராம எல்லாத்துக்கும் பாரமா இருந்து அல்லாடிட்டிருக்கேன். என்னோட விதியைப் பார்த்தியா.... என்னோட மக திவ்யா என் முன்னாடி வந்தாலும் அவளைப் பார்க்க முடியாது. என்ன வாழ்க்கை இது..?"

"விடுங்க அண்ணி..! பழைய கதையெல்லாம் எதுக்கு? இப்ப திவ்யா வர்ற நேரத்துல சந்தோஷமா இல்லாம இப்படி கண்ணைக் கசக்கிட்டு இருக்கீங்க!" ஆறுதலாய் பேச...

"சரி சிவா..! நான் அழலை. திவ்யாவை கூட்டிட்டு வர காரை மதுரைக்கு எத்தனை மணிக்கு அனுப்பறே..?"

"இன்னும் கொஞ்ச நேரத்துல அனுப்பிடறேண்ணி... டிரைவர் சக்திவேல் காரை வாட்டர் சர்வீஸ் பண்ணிட்டிருக்கான்... ஏழு மணி சுமார்க்கு அவனை ஏர்போர்ட் அனுப்பினாப் போதும். மத்தியானம் பன்னெண்டு மணிக்குத்தானே ஃபிளைட்..."

"நீ ஏர்போர்ட் போகலையா சிவா..?"

"இல்லேண்ணி... எஸ்டேட்ல இன்னிக்கு லேபர் ஆபீஸர் ஒரு விசாரணைக்காக வர்றார்... நானும் கனகராஜும் இருந்து அந்த பிரச்னையை சரி பண்ணனும்... இல்லேன்னா விவகாரம் போலீஸ் வரைக்கும் போயிடும்..."

"அதென்ன விவகாரம்..?"

கனகராஜ் முன்னால் வந்தான். "நான் சொல்றேன்க்கா... போன மாசம் அஞ்சாம் தேதி நம்ம எஸ்டேட்ல மண்ணு சரிஞ்சு... ஒரு கூலிப் பொண்ணு செத்துப்போச்சு... அந்தப் பொண்ணு அந்த சமயத்துல கர்ப்பமா வேற இருந்துச்சு... அது ஆக்ஸிடெண்ட் மாதிரிதான்... இருந்தாலும் - இந்த தொழிற்சங்க தலைவர்ங்க பிரச்னையை பெரிசாக்கி - லேபர் கோர்ட் வரைக்கும் கொண்டு போயிட்டாங்க. லேபர் ஆபீஸர் இன்னிக்கு விசாரணைக்கு வர்றார்... நானும் மச்சானும் இருந்து கவனிக்கணும்..."

"அப்போ... ஏர்போர்ட்டிலிருந்து திவ்யா தனியா வரணுமா..?"

கனகராஜ் சிரித்தான்.

"என்னக்கா... இப்படி சொல்றே..? திவ்யா என்ன காட்டாமணக்குப் பட்டியிலிருந்தா வர்றா..? லாஸ் ஏஞ்சலிலிருந்து வர்றா... மதுரையிலிருந்து குமுளிக்கு தனியா கார்ல வரமாட்டாளா?"

"கனகராஜ்..."

"என்னக்கா?"

"திவ்யா... குமுளி வந்தாலும்... இங்கே தங்க அவ பிரியப்படமாட்டா... தேக்கடி பங்களாவுக்குத்தான் போவா... அந்த பங்களாவை சுத்தம் பண்ணியாச்சா..?"

"நேத்தைக்கே... நம்ம எஸ்டேட்ல வேலை செய்யற பொண்ணுகளை அனுப்பிச்சு... பங்களாவை கண்ணாடி மாதிரி பண்ணியாச்சு..."

"சரி... நீங்க போய்... காரை ரெடிப் பண்ணி சீக்கிரமா மதுரைக்கு அனுப்பப் பாருங்க... டிரைவர் சக்திவேல்கிட்டே காரை மெதுவா ஓட்டச் சொல்லுங்க..."

"சரி..."

இருவரும் நகர்ந்தார்கள். பால்கனி வராந்தாவில் நடந்து மாடிப்படிகளில் இறங்கி பின்பக்க தோட்டத்திற்கு வந்தார்கள். சிவப்பிரகாஷ் சுற்றும் முற்றும் ஒரு முறை பார்த்துக் கொண்டு குரலைத் தாழ்த்தி கூப்பிட்டார்.

"கனகு..."

"என்னங்க மச்சான்..?"

"என்னோட அண்ணன் உயிரோட இருந்தவரைக்கும் அவர்க்கு கொத்தடிமை மாதிரி வேலை செஞ்சிட்டிருந்தேன். அதுக்கப்பறம் – உன்னோட அக்கா கைக்கு அதிகாரம் வந்தது. உன்னோட அக்காவுக்கு கையும் காலும் ஸ்ட்ரக் ஆகி –

கண் அவிஞ்சு போனாலும் அந்த அதிகாரத் தோரணை மட்டும் குறையலை.”

“பார்த்துடலாம்... இன்னும் எத்தனை நாளைக்குத்தான் அக்கா கையில கொடி இருக்கும்ன்னு. போதாக்குறைக்கு மக வேறே வர்றா... எஸ்டேட் நிர்வாகத்தை பூராவும் நம்ம ரெண்டு பேரைக் கேக்காமலேயே எடுத்துக்கப் போறா...”

“இவ... ஏன் வர்றா... வெளிநாட்டிலேயே இருந்து தொலைக்காமே...?”

“பெத்த அம்மாவைப் பார்க்கணும்ன்னு அவளுக்கு ஆசையாயிருக்காதா என்ன?” இருவரும் பேசிக் கொண்டே வந்ததில் - பங்களாவின் முன்பக்கம் வந்திருந்தது. டிரைவர் சக்திவேல் பக்கெட் தண்ணீரில் துணியை முங்கி - எடுத்து பிழிந்து - வெள்ளை அம்பாசிடரை பால்நிறத்துக்கு கொண்டு வரும் முயற்சியில் ஈடுபட்டிருந்தான்.

“சக்தி...”

“அய்யா...” அவன் ஓடி வந்தான். நாற்பது வயது. கறுப்பு நிறம்.

“சரியா ஏழுமணிக்கு நீ இங்கிருந்து புறப்பட்டு போயிடணும்...”

“சரிங்கய்யா...”

“அப்புறம்... இன்னொரு முக்கியமான விஷயம். திவ்யா ஏர்போர்ட்டிலிருந்து கார்ல வரும்போது உன்னோட வாயை கிண்டி பார்ப்பா... எஸ்டேட், விவகாரங்களைப் பத்தி கேப்பா... அவ எதைக் கேட்டாலும் சரி... தெரியாது தெரியாதுன்னு சொல்லிடு...”

“சரிங்கய்யா...”

“ஏர்போர்ட் போய் சேர்ந்ததும் - திவ்யாவோட புறப்படும் போதும் - டெலிகிராபிக் ஆபீஸிலிருந்து எஸ்.டி.டி மூலமா எங்களுக்கு தகவல் கொடு...”

"சரிங்கய்யா..." என்றவன் சுற்றும் முற்றும் பார்த்தபடி சொன்னான். "அய்யா... நான் உங்க கூட கொஞ்சம் தனியா பேசணும்..."

"பேசேன்... இங்கதான் யாருமில்லையே..."

சக்திவேல் மறுபடியும் பார்வையை சுற்றிலும் ஒருமுறை போட்டுவிட்டு தாழ்ந்த ஸ்தாயியில் வாயைத் திறந்தான்.

"அய்யா... அந்த மீனா மண்ல புதைஞ்சு செத்தது சம்பந்தமா விசாரிக்க - லேபர் ஆபீஸர் வர்றாராமே..?"

"வரட்டுமே! வந்தா என்ன..?"

"எனக்கு பயமாயிருக்கய்யா..."

"உனக்கென்ன பயம்..?"

"என்னய்யா... இப்படி கேக்கறீங்க... நீங்க ரெண்டுபேரும் சொன்னீங்கன்னுதானே அந்த பொண்ணு மேலே மண்ணை சரிச்சு கொன்னேன்... அது யாருக்காவது தெரிஞ்சிருந்து - ஆபீஸர்ஸ் வர்றப்ப... சொல்லிட்டாங்கன்னா..?"

கனகராஜ் சிரித்தான்.

"நீ பண்ணின காரியம் அந்தக் கடவுளுக்கே தெரியாது. அப்படி எவனாவது மோப்பம் பிடிச்சு சொன்னாலும் அதைச் சமாளிக்க நானும் மச்சானும் இருக்கோமே... தைரியமாயிரு சக்தி!"

"நான் உங்களைத்தாங்க நம்பியிருக்கேன்..."

"தைரியமாயிரு... கார் ரெடியா..?"

"ரெடிங்கய்யா..."

"ஏழுமணியானதும் கிளம்பிடு..."

சக்திவேல் தலையை ஆட்டிக் கொண்டிருக்கும் போதே - சிவப்பிரகாஷும், கனகராஜும் - எஸ்டேட் கெஸ்ட்ஹவுஸை நோக்கி நடந்தார்கள். கிழக்கு இப்போது இன்னும் கொஞ்சம் சிவப்பாகியிருந்தது.

"சக்திவேல் ரொம்பவும் பயப்படறான்..."

"பின்னே பயம் இருக்காதா..? அந்தப் பொண்ணுக்கு உயிரோட சமாதி கட்டினான் இல்லை..?"

"நான் சொன்னப் பேச்சைக் கேட்டிருந்தா... அவ செத்திருக்கவே வேண்டியதில்லை... இந்த சின்ன வயசிலேயே சாகணும்ன்னு அவளுக்கு விதி..."

"அந்தக் கழுதையைப் பத்தி இப்ப என்ன கவலை கனகு..? திவ்யா வர்றாளேன்னு மனசு பூராவும் உதறலாயிருக்கு.... லேபர் மஸ்டர் ரோல்ல எவ்வளவு தில்லு முல்லு பண்ணியிருக்கோம்... அக்கௌண்ட்ஸ் சம்பந்தப்பட்ட எந்த விவகாரமும் சரியில்லை... அவ வந்து எதையாவது கிளற ஆரம்பிச்சா... நாம செமத்தியா மாட்டிக்குவோம்..."

"அவ்வளவு தூரம் அவ கிளறிப் பார்ப்பானு நீங்க நினைக்கறீங்களா மச்சான்..?"

"கண்டிப்பா... கிளறுவா..."

கனகராஜின் குரல் திடீரென்று தாழ்ந்தது.

"மச்சான்... கெஸ்ட் ஹவுஸ் வாசல்ல பார்த்தீங்களா... யார் நிக்கறாங்கன்னு..." சிவப்பிரகாஷ் பார்த்துவிட்டு நெற்றியை சுருக்கினார்.

"செத்துப் போன மீனாவோட அண்ணங்காரன் கண்ணுசாமியும் - தொழிற்சங்க தலைவன் பூபாலும்... இந்நேரத்துக்கு இந்த பசங்க எதுக்காக வந்திருக்காங்க..?"

"மச்சான்... அவனுக ஏதோ ஒரு விஷயத்தை மோப்பம் பிடிச்சுட்டுதான் வந்திருக்காங்க... ரெண்டுபேருமே மோசமானவனுங்க..."

"நம்மள விடவா..?" சிரித்துக்கொண்டே சிவப்பிரகாஷ் கேட்க

"அதுக்கு வாய்ப்பேயில்லை.. மச்சான்!"

அந்த இருவரும் இவர்கள் பக்கம் வர,

“வணக்கம் ஸார்...” பரட்டைத்தலையோடும்–கிழிந்துபோன ஸ்வெட்டரோடும் தெரிந்த அந்த இளைஞன் வேண்டா வெறுப்பாய் வணக்கம் போட, துண்டைப் போர்த்தியிருந்த கண்ணுசாமி கைகளைக் குவித்தான்.

“என்ன பூபால்... இந்நேரத்துக்கு..?”

“உங்ககிட்ட கொஞ்சம் பேசணுங்க...”

“என்ன விஷயமா..? கூலி உயர்வா?”

“அதில்லீங்க... கண்ணுசாமியோட தங்கச்சி மீனா செத்துப்போன விஷயமா பேசணும்...”

“அதான் லேபர் ஆபீஸர் எட்டுமணிக்கு வர்றாரே... அப்போ பேசிக்கிறது” கனகராஜ் அலட்சியமாய் சொல்ல - பூபால் குறுக்கிட்டான்.

“அதுக்கு முன்னாடி உங்ககிட்ட பேசணுங்க...”

“என்ன பேசப்போறே..?”

“தற்செயலா மண்ணு சரிஞ்சு... மீனா செத்துப் போனதா நேத்து வரைக்கும் நாங்க நினைச்சிட்டிருந்தோம்... ஆனா இன்னிக்குத்தான் ஒரு புது தகவல் கிடைச்சிருக்கு ஸார்...”

சிவபிரகாஷூம், கனகராஜூம் ஒருத்தரையொருத்தர் பார்த்துக் கொண்டார்கள். பூபால் தொடர்ந்து சொன்னான்: “பிரேத பரிசோதனையில... மீனா மூணுமாச கர்ப்பம்ன்னு டாக்டர் சொல்லியிருக்கார். அவ கலயாணமாகாத பொண்ணு. அவளை ஏமாத்தின யாரோ ஒருத்தன்தான் அவளைக் கொன்னிருக்கான்.”

கனகராஜ் ஸ்வெட்டர்க்குள் வியர்த்தான்.

“மீ... மீனாவை ஏமாத்தினது யார்ன்னு... உ....உ.... உனக்குத் தெரியுமா..?”

“தெரியலை... ஆனா... கூடிய சீக்கிரமே கண்டுபிடிச்சுடுவோம்... இன்னிக்கு விசாரணை செய்ய வர்ற ஆபீஸர்கிட்டே எங்களோட சந்தேகத்தை சொல்லப்

போறோம்... மறுபடியும் கண்ணுசாமியைவிட்டு போலீஸ்ல கம்ப்ளையண்ட் கொடுக்கப் போறோம். இந்த விபரத்தை சொல்லிட்டு போலாம்ன்னுதான் வந்தோம்..."

சிவபிரகாஷ் எரிச்சலாய் சொன்னார்.

"பூபால்... இந்த மீனா விவகாரத்தை ஏன் பெரிசுபடுத்தறே..?"

"பெரிசுபடுத்திதாங்க ஆகணும்... ஏன்னா மத்த பொண்ணுகளுக்கும் மீனா மாதிரியான கதி வந்துடக் கூடாதே..."

"இதெல்லாம் பேப்பர்ல வந்தா... எஸ்டேட்டோட பேர் கெட்டுடும் பூபால். நடந்தது நடந்துப் போச்சு. அவளும் செத்துப் போயிட்டா... துர்காம்மாகிட்டே சொல்லி பணம் வாங்கித் தர்றேன்... பேங்கல போட்டு வை. ரெண்டாயிரமோ... மூணாயிரமோ உன் கணக்குல இருக்கட்டும்..."

"என் தங்கச்சியோட விலை... ரெண்டாயிரமோ மூணாயிரமோ இல்லீங்கய்யா... அவள உயிர்க்கு உயிரா..."

"இரு.. இரு..! இப்ப... நீ என்னதா சொல்ல வர்றே..?"

"போலீஸ்ல மறுபடியும் கம்ப்ளையண்ட் பண்ணனும்... வர்ற ஆபீஸர்கிட்டே நீங்க விளக்கமா எடுத்துச் சொல்லணும்..."

"அவ்வளவுதானே! சொல்றேன் போ..."

தயக்கமாய் தலையாட்டிக் கொண்டே - பூபாலனும் கண்ணுசாமியும் நகர்ந்தார்கள். அவர்கள் கண்ணிலிருந்து மறையும் வரை பார்த்துக் கொண்டிருந்த கனகராஜ் தொண்டையைக் கனைத்தான்.

"விவகாரம் விபரீதமா போகுது மச்சான்...."

"என்ன பண்ணலாம்..?"

"களையெடுக்கணும்..."

"களையா?"

"ஆமா... மச்சான்... மீனாவோட சாவுல எவனுக்கோ சந்தேகம் வந்தாச்சு... இந்த சந்தேகம் கொஞ்சம் கொஞ்சமா வளர்ந்து டிரைவர் சக்திவேலை நெருங்கிடும்... ஏற்கெனவே பயந்து போயிருக்கிற சக்திவேல் - யாராவது ஏதாவது கேட்டாலோ - போலீஸ் விசாரணைக்குன்னு வந்து மிரட்டினாலோ விதி விதிர்த்துப் போய் உண்மையை சொல்லிடுவான்..."

"அதனாலே..?"

"அந்தக் களையை எடுத்துடுவோம்..."

"இப்போதைக்கு சக்திவேலைத் தீர்த்துக் கட்டறது அவ்வளவு சுலபமில்லையே... கனகராஜ்..."

கனகராஜ் சிரித்தான்.

"என்ன கனகராஜ் சிரிக்கிறே..?"

"நீங்க அனுமதி கொடுத்தா - டிரைவர் சக்திவேலையும், திவ்யாவையும் சுலபமா ஒரே நேரத்தில ஒண்ணா பரலோகம் அனுப்பறேன்... என்ன சொல்றீங்க மச்சான்..?"

சிவபிரகாஷ் கண்களை விரித்தார்.

"ரெண்டுபேரையும் ஒரே நேரத்துலயா..?"

"ஆமா..! சக்திவேல் நமக்கு - இப்போதைக்கு தொந்தரவு. திவ்யா நமக்கு நாளைக்கு தொந்தரவு. ரெண்டுபேரையும் ஒரே நேரத்துல தீர்த்துக் கட்ட நானாச்சு..."

"அதான்... எப்படின்னு கேக்கறேன்..?"

"வாங்க... வெளியே வாக்கிங் போயிட்டே பேசுவோம்..."

சிவப்ரகாஷும், கனகராஜும் வெளியே வந்து - ரோட்டில் அலையும் பனிப்புகைக்கு மத்தியில் மெல்ல நடந்தார்கள். சூரியனின் வெளிச்ச மொட்டை குமுளியின் கிழக்குத் திசையில் துளியூண்டு தெரிந்தது.

2

மதுரை ஏர்போர்ட்.

ரன்வேயில் விமானம் ஓய்ந்து நின்றதும் – பொருத்தப்பட்ட ஸ்டேர்கேஸ்ஸில் இருந்து மெதுவாக இறங்கினாள் திவ்யா.

உயரமான – செழிப்பான – சிவப்பான திவ்யாவுக்கு பீட்ரூட் சிவப்பில் உதடுகள் ரொம்ப விசேஷம். சின்ன மூக்குக்கும் – மேலுதட்டுக்கும் மத்தியில் இருந்த வழவழப்பான பிரதேசத்தில் சிறு மச்சம். மழித்த புருவங்களுக்கு பதிலாக – ப்யூட்டி பார்லரின் உபயத்தால் இழுக்கப்பட்ட மைக்கோடுகள். மைக்கோடுகளுக்கு கீழே கறுப்பு மைனாக்களாய் கண்கள், ஐந்தடி ஆறங்குல உடம்பை அந்த நிமிஷம் – வெளிர் மஞ்சள்நிற சல்வார் கம்மீஸுக்கு கொடுத்திருந்தாள்.

செக்கின் லக்கேஜ்ஜை எடுத்துக்கொண்டு நீலநிற பின்னணியில் வெள்ளை புள்ளிகள் தெளித்த லாஸ் ஏஞ்சல்ஸ் ரோலர் சூட்கேஸை மெல்ல உருட்டிக் கொண்டே நடந்தாள். இடதுகை தோள்பட்டையில் ஒரு ஹேண்ட் பேக்.

முதல் ஆளாய் ஏர்போர்ட் லௌன்ஞ்சுக்கு வெளியே வந்தாள்.

“வணக்கம்மா...”

பக்கவாட்டில் குரல் கேட்டு திரும்பினாள்.

“யாரு..?”

“என்ன திவ்யாம்மா... என்னெ... உங்களுக்குத் தெரியலையா..?” திவ்யா கண்களை சுருக்கினாள். “நீ... நீ... சக்திவேல்தானே..?”

"சக்திவேலேதாம்மா...." அவன் சிரித்தான்.

"என்ன இது... நான் லாஸ் ஏஞ்சல் போகும்போது... ஸ்லிம்மா... ட்ரிம்மா... யங்மேன் மாதிரி இருந்தே... இப்போ தலை நரைச்சு... மீசை நரைச்சு... தொப்பை போட்டு... ஆளே மாறிட்டியே..?"

"வயசாச்சேம்மா..."

"ஆமா... எஸ்டேட்லயிருந்து யாரும் வரலையா..?"

"இல்லேம்மா..."

"சித்தப்பா வர்றேன்னு போன்ல சொன்னாரே..."

"எஸ்டேட்டுக்கு லேபர் ஆபீஸர் யாரோ வர்றாங்களாம்."

"கனகராஜ்?"

"அவர்க்கும் வேலை இருக்காம்..."

"சரி... சரி... நீயாவது வந்தியே..? அப்பா இறந்த பின்னாடி எல்லாருமே மாறிட்டாங்க... ஆமா... அம்மாவுக்கு இப்போ எப்படியிருக்கு..?"

"கையும் காலும் விழுந்து போன பின்னாடி அம்மா அம்மா மாதிரியே இல்லீங்க... எலும்பும் தோலுமா உருமாறிட்டாங்க... நீங்க நம்ம தேசத்துக்கு வந்திட்டீங்க. இனிமேலாவது அம்மா சந்தோஷமா இருக்கணும்..."

"கண்டிப்பா இருப்பாங்க..! சரி நாம போலாமா..?"

"அம்மா... ஒரு நிமிஷம்..."

"என்ன..?"

"நீங்க ஏர்போர்ட் வந்ததுமே போன் பண்ணி தகவல் சொல்லச் சொன்னாங்க... அம்மாவும் ஆசையா உங்க போனுக்காகக் காத்திட்டிருப்பாங்க..."

"போன் எங்கிருந்து பண்றது..?"

"அதோ... அந்தக் கட்டிடத்துக்கு அப்பாலே தந்தி தர்ற இடம் இருக்கம்மா... அங்கிருந்தே எஸ்.டி.டி மூலமா நம்ம எஸ்டேட்டுக்குப் பேசலாம்..."

“சரி... வா...”

நடந்தார்கள்.

“அம்மா ரொம்ப இளைச்சிட்டீங்க..?”

“அப்புறம்..?”

“ஆனா நெறம் கூடிட்டீங்க...”

சிரித்தாள் திவ்யா. சிரித்துக் கொண்டே கூப்பிட்டாள். “சக்திவேல்!”

“என்னம்மா?”

“எஸ்டேட்டை சித்தப்பாவும், கனகராஜ்ஜும் ஒழுங்கா கவனிச்சுக்கறாங்களா..?”

“அதெல்லாம் அம்சமா கவனிச்சுக்கறாங்க...”

“நீ பொய் சொல்றே சக்திவேல்...”

“அம்மா...”

“நான் லாஸ் ஏஞ்சல்ல இருந்ததினாலே எனக்கு எதுவுமே தெரியாதுன்னு நினைச்சுட்டியா? ஏகப்பட்ட லேபர்ஸ் ப்ராப்ளமாமே..?”

“அதைப்பத்தி எனக்கு ஒண்ணுமே தெரியாதம்மா...”

“உனக்கு தெரியாமே இருக்குமா..? சித்தப்பா – கனகராஜோட வலதுகையாமே நீ..? ராத்திரி நேரங்கள்ல... அவங்க கூட சரிசமமா உட்கார்ந்துட்டு லிக்கர் சாப்பிடறியாமே..?”

சக்திவேல் கலகலவென்று ஆடிப்போனான்.

“உங்களுக்கு யாரும்மா சொன்னாங்க..?”

“யார் சொன்னா என்ன... இதெல்லாம் உண்மையா இல்லையா..?”

“பச்சப் பொய்யும்மா... யாரோ வேண்டாதவங்க என்னைப் பத்தி தாறுமாறா உங்ககிட்டே சொல்லியிருக்காங்க... நான் என்னிக்குமே...”

“சரி... சரி... மத்ததை கார்ல போகும்போது பேசிக்கலாம்...” சொல்லிக் கொண்டே டெலிகிராபிக் கௌண்டர்க்குள் நுழைந்து – எஸ்.டி.டி செக்‌ஷன் கிளார்க்கிடம் கூப்பன் வாங்கி – டெபாஸிட் நூறு ரூபாயை செலுத்தி – கண்ணாடி கூண்டுக்குள் அடைக்கலமானாள்.

எஸ்.டி.டி கோட் நெம்பரையும் – எஸ்டேட் போன் நெம்பரையும் சுழற்றிவிட்டு – அரை நிமிஷம் காத்திருந்து லைனைப் பார்த்தாள்.

“ஹலோ...”

“ஹலோ... நான் திவ்யா பேசறேன்.”

“திவ்யாவா..? நான் சித்தப்பா பேசறேம்மா... சௌக்யமா இருக்கியா?”

“சௌக்யந்தான் சித்தப்பா...”

“ஜர்னி சௌகரியமா இருந்ததா..?”

“ஃபைன்...”

“அம்மா பக்கத்துலதான் இருக்காங்க... பேசறியா..?”

“ம்... குடுங்க...”

சில விநாடி நிசப்தத்திற்கு பிறகு – துர்கா பரமேஸ்வரி தொண்டை அடைத்துக் கொண்ட குரலில் பேசினாள்.

“திவ்யா...”

“அம்மா...”

“நல்லபடியா வந்து சேர்ந்தியே... அதுவே போதும்மா.”

“நீ எப்படிம்மா இருக்கே..?”

“காலும் கையும் சொரணையத்துப்போய்... கண் அவிஞ்சு போய்...”

“ஏம்மா... இப்படி பேசறே..?”

“அஞ்சு வருஷத்துக்கப்புறம் வெளிநாட்டுல இருந்து வர்றே... உன்னை கண் நிறைய பார்க்க எனக்கு குடுத்து

வைக்கலையேம்மா...” ரிஸீவரில் துர்காவின் அழுகை தெறித்தது.

“அழாதேம்மா... நான் ரெண்டு மணிக்குள்ளே - வந்து உன் பக்கத்துல இருப்பேன்... போனை வெச்சுடட்டுமா..?”

“சரி....வாம்மா...”

ரிஸீவரை வைத்துவிட்டு-

கண்ணாடிக் கூண்டினின்றும் வெளியே வந்தாள் திவ்யா. கண்கள் கலங்கி இருந்தன. சக்திவேல் எஸ்.டி.டி பேசிய சார்ஜ் போக - மீதித்தொகையை வாங்கிக்கொண்டு வந்தான்.

“அம்மா போலாமா..?”

ஏர்போர்ட்டுக்கு வெளியே நின்றிருந்த காரை நோக்கிப் போனார்கள். மொலு மொலுவென்று நின்றிருந்த கார்களுக்கு மத்தியில் - சுண்ணாம்பு அடித்த மாதிரி பளீரென்று நின்றிருந்த வெள்ளை அம்பாசிடர்க்குள் நுழைந்தார்கள். சக்திவேல் சிரமமாய் காரைப் பின்னுக்கு நகர்த்தி - ரோட்டுக்கு வந்து - பறக்க விட்டான்.

“குமுளி எத்தனை மணிக்குப் போய் சேர்வோம் சக்திவேல்?”

“ரெண்டு மணியாயிடும்மா... லஞ்சுக்கு போயிடலாம்...”

குமுளியிலிருந்து எட்டு கிலோமீட்டர் கீழே - ஆலமரத்து ஹேர்பின் வளைவில் - ஓர் ஆபத்து பவ்யமாய் காத்துக் கொண்டிருப்பதை உணராமல் கார் - பாய்ந்தது.

திவ்யா பின்சீட்டுக்கு சாய்ந்து கண்களை மூடினாள்.

3

ஜன்னல்கள், கதவு எல்லாமே கல்கோட்டை மாதிரி - இறுக்கமாய் சாத்தப்பட்டிருக்க - உள்ளே நாற்காலிகளில் எதிரும் புதிருமாய் உட்கார்ந்திருந்தார்கள் சிவபிரகாஷும், கனகராஜும். கண்ணாடி ஜன்னலுக்கு வெளியே குமுளி பளீரென்ற வெய்யிலோடு தெரிந்தது.

"கனகு..."

"ம்..."

"நீ சொல்ற திட்டம் கேக்கிறதுக்கு என்னமோ நல்லாத்தான் இருக்கு... ஆனா ப்ராக்டிகலா திங்க் பண்ணிப் பார்த்தா ரெண்டு ஓட்டை பெரிசு பெரிசா தெரியுது..."

"என்ன ஓட்டை..?"

"உன்னோட பிளானை ஆரம்பத்திலயிருந்து சொல்லிட்டு வா பார்க்கலாம்..." கனகராஜ் தொண்டையைச் செருமிக் கொண்டு - நாற்காலியோடு முன்னுக்கு நகர்ந்தான். "மச்சான்... இப்ப மணி பன்ணென்டே கால். கார் எப்படியும் குமுளி வந்து சேர ரெண்டரை மணி ஆயிடும்... நானும் நீங்களும் சரியா ஒரு மணிக்கு குமுளியிலிருந்து புறப்பட்டு - அப்பர் கேம்ப் போய் - ஒரு நல்ல எசவான இடம் பார்த்து டெலஸ்கோப்பிக் துப்பாக்கியோட உட்கார்ந்துக்கறோம்... என்னோட கணிப்புப்படி கார் அந்த ஆலமரத்து ஹேர்பின் வளைவில வரும்போது ரெண்டுமணியாயிருக்கும். ஆலமரத்து ஹேர்பின் வளைவைப் பத்தி உங்களுக்குத்தான் தெரியுமே... வருஷத்துல

மிக அதிகமான ஆக்ஸிடெண்ட்ஸ் நடக்கிற இடம் அதுதான். இதுவரைக்கும் ஐம்பத்தேழு காருங்க அந்த வளைவுல உருண்டு அதளபாதாளத்துக்கு போயிருக்கு. ஆக்ஸிடெண்டான காரையோ... அதுல இருந்தவங்களையோ... இதுவரைக்கும் மீட்டதேயில்லை... இந்த ஸ்பாட்டைத்தான் நம்ம திட்டத்துக்கு தேர்ந்தெடுத்திருக்கோம்...”

“சரி... அப்புறம்..?”

“திவ்யாவும் சக்திவேலும் வர்ற... கார் அந்த வளைவில திரும்பற விநாடியும் – நான் இங்கிருந்து – சக்திவேலோட மார்புக்கு ட்ரிக்கரை சுண்டர விநாடியும்... ஒண்ணா இருக்கும்... குண்டு பாய்ஞ்சதுமே சக்திவேல் கீழே சாஞ்சுடுவான். கார் தறிகெட்டு ஓடி அதளபாதாளத்துல டைவ் அடிக்கும். நாம ரெண்டுபேரும் சத்தம் காட்டாமே பங்களா போய் சேர்ந்துடுவோம்... என்னோட அக்கா திவ்யாவுக்காக காத்திட்டிருப்பா... நாம்பளும் அவ கூடபோய் உட்கார்ந்துக்குவோம்... காத்திட்டிருப்போம். அவ மாதிரியே திவ்யா வர்றாளா வர்றாளான்னு எட்டிப் பார்ப்போம்... அந்த ஆக்ஸிடெண்ட்டைப் பார்த்த யாராவது ஒருத்தர் எப்படியும் அரைமணி நேரத்துக்குள்ளே வந்து... தகவல் சொல்லுவாங்க... வெள்ளை அம்பாசிடர்ன்னாலே நம்ம கார்தான்னு எல்லாருக்கும் தெரியுமே..?”

சிவப்ரகாஷ் கேட்டார்.

“இதுதான் உன்னோட திட்டம்...”

“ஆமா...”

“இனி அந்தத் திட்டத்துல இருக்கிற ரெண்டு ஓட்டையை சொல்லலாமா..?”

“சொல்லுங்க மச்சான்...”

“அப்பர் கேம்ப்ல சாவகாசமா உட்கார்ந்து ஷூட் பண்ற மாதிரி இடம் இருக்கா?”

“அற்புதமான இடம் இருக்கு... நாலைஞ்சு பெரிய பாறைங்க... உச்சியில ஒட்டிகிட்டு தொங்கற மாதிரி

இருக்கு... அங்கே உட்கார்ந்துட்டா... ஆலமரத்து ஹேர்பின் வளைவு துல்லியமா மேப்புல வரைஞ்ச மாதிரி தெரியும்...”

“சரி ஒரு ஓட்டையை அடைச்சுட்டே... ரெண்டாவது ஓட்டையை சொல்லட்டுமா?”

“ம்...”

“சக்திவேல் காரை அந்த ஹேர்பின் வளைவுல திருப்பும் போது நீ சுடப்போறே..?”

“ஆமா...”

“நீ என்ன அர்ஜூனனா குறி தவறாமே சுடறதுக்கு..? கார் என்ன வேகத்துல திரும்பும் தெரியுமா..?”

சிரித்தான் கனகராஜ்.

“மச்சான்! கார் எவ்வளவு வேகத்துல திரும்பினா என்ன..? அந்த வளைவுல ஒரு செகண்டாவது நின்னுதான் திரும்பும்... ஏன்னா அங்கே ரெண்டு மூணு பெரிய சைஸ் கல்லை ரோட்டோரத்துல போட்டு வைக்கிறோம். அந்த ஒரு செகண்ட்தான் எனக்கு முக்கியம். கார் திரும்பற விநாடியும் – வேகம் குறையற விநாடியும் - நான் ட்ரிக்கரை தட்டற விநாடியும் - ஒரே நேர்க்கோட்ல வரும்.”

“சப்போஸ் குறி தவறிட்டா..?”

“நாம உபயோகிக்கப் போறது நாட்டுத் துப்பாக்கியில்லை... மச்சான். டெலஸ்கோப்பிக் துப்பாக்கி. அதனோட ரேஞ்ச் 10 கிலோ மீட்டர். எட்டு கிலோ மீட்டர் வரைக்கும் மகா துல்லியமா தெரியும். கண் இமைகளோட முடி காத்துல ஆடறது கூட தெரியும்...”

“குறி தவறி தோட்டா கார் மேலே பட்டுட்டா... திவ்யா உஷாராயிடுவா கனகு... அவ போலீஸுக்கு போயிடுவா... போலீஸ் இன்வெஸ்டிகேட் பண்ண ஆரம்பிச்சா நாம மாட்டிக்குவோம்...”

“கவலையேப் படாதீங்க... நாம என்னிக்குமே மாட்டிக்கப் போறதில்லை... இதுவரைக்கும் நீங்களும் நானும் சேர்ந்துப்

பண்ணியிருக்கிற எல்லா சட்ட விரோத காரியமும் க்ரேண்ட் சக்சஸ்... இதுல மட்டும் தோத்துடவாப் போறோம்..?"

"எனக்கு மட்டும் உள்ளூர உதைப்பாவே இருக்கு கனகு. நீ மட்டும் குறிப்பார்த்து சுடலையன்னா நாம தொலைஞ்சோம்..."

"அட சும்மா இருங்க... மச்சான்! இந்தத் திட்டத்தை நாம சரியா அரங்கேத்தறோம்... கிளம்புங்க..."

"எதுல கிளம்பறோம்..?"

"உங்க பழைய டப்பா ஆஸ்டின் கார்லதான்."

இருவரும் கதவைத் திறந்து கொண்டு வெளியே வந்தார்கள். ஆஸ்பெஸ்டாஸ் கூரைக்கு கீழே பிஸ்கெட் நிற ஆஸ்டின் கார் நின்றிருந்தது.

அதை நோக்கிப் போகையில் பின்பக்கமிருந்து குரல் கேட்டது.

"ஸார்..."

திரும்பினார்கள்.

வேலைக்காரப் பெண் சுதா நின்றிருந்தாள்.

"என்னம்மா..?"

"அம்மா கூப்பிடறாங்க..."

"வர்றோம் போ..."

சுதா திரும்பி உள்ளே போனாள்.

"உங்க அக்காக் கூட பெரிய ரோதனை கனகு... நினைச்ச நேரம் கூப்பிடறாங்க..."

"வாங்க, போயி என்னான்னு கேட்டுட்டு வந்துடலாம்..."

இருவரும் பங்களாவுக்குள் நுழைந்து மாடிப்படி ஏறி - மேலே போனார்கள். சக்கர நாற்காலிகளில் உட்கார்ந்தபடி - டேப்ரிகார்டரில் வழிந்துக் கொண்டிருந்த - லதா மங்கேஷ்கரின் மீரா பஜனையை ரசித்தவாறு துர்கா தெரிந்தாள். சுதாவின் உதவியால் தலை வாரப்பட்டு - பளபளப்பாய் கொண்டை

தெரிந்தது. நாப்தலின் வாசம் அடிக்கும் பட்டுப்புடவை உடம்பில் ஏறி - கழுத்தில் கல் நெக்லஸ் திம்மென்று உட்கார்ந்து மின்னியது. மகள் வரப் போகிற சந்தோஷம் - சுருக்க முகத்திலும் ததும்பியது.

"அண்ணி..."

"வந்துட்டியா சிவா... வா..." என்றபடி வலதுகையை சிரமமாய் நீட்டி - டேப்ரிகார்டரைத் தடவிப் பார்த்து ஆஃப் பட்டனைத் தட்டினாள். லதா மங்கேஷ்கர் தற்காலிகமாய் வாயைச் சாத்திக் கொள்ள - அறையில் மௌனம்.

"சிவா உன்கிட்டே அப்பவே கேக்கணும்ன்னு நினைச்சேன்... அந்த மீனா விவகாரம் என்னாச்சு..? லேபர் ஆபீஸர் என்ன சொன்னார்..?"

"அவர் ஒண்ணுமே சொல்லலை அண்ணி... அது தற்செயலா நேர்ந்த விபத்துதான்னு ஒரு வார்த்தை சொல்லிட்டு - நம்ம கார்லேயே வந்து அஞ்சு கிலோ டீத்தூளை வாங்கிகிட்டுப் போயிட்டார்... பிரச்னை அதோட முடிஞ்சுடுத்து..."

"அந்தப் பொண்ணு மீனா செத்ததைப்பத்தி வெளியே வேற மாதிரி பேச்சு அடிபடுது சிவா..."

"வேற மாதிரின்னா... எந்த மாதிரி..?"

"அந்தப் பொண்ணை யாரோ கொன்னுட்டதா..?"

"உங்களுக்கு யார் சொன்னாங்க..?"

"சுதா..."

கனகராஜ் உக்கிரமாய் திரும்பி சுதாவைப் பார்த்தான். குரலில் காரம் ஏறிக்கொள்ள கேட்டான். "ஏய்.... உனக்கு யார் சொன்னது..?"

அவள் வியர்த்து திணறினாள். துர்கா குறுக்கிட்டுச் சொன்னாள். "டேய்... கனகு... அந்தப் பொண்ணை ஏண்டா மிரட்டறே..?"

“நான் மிரட்டலை அக்கா... அதைச் சொன்னது யார்ன்னுதான் கேட்டுட்டிருக்கேன். ம்... சொல்லு சுதா..! உனக்கு யாரு இதைச் சொன்னது..?”

“எனக்கு யாரும் சொல்லலை..!”

“பின்னே..?”

“அமராவதி எஸ்டேட்ல பேசிகிட்டாங்க...”

“இந்த பொம்பளைங்களுக்கு வேற வேலையில்லை அக்கா. ஊர் ஓம்பது பேசும்... அதையெல்லாம் புறங்கையாலே தள்ளிட்டு – போயிட்டே இருக்கணும்... லேபர் ஆபீஸரே வந்து விசாரிச்சு மீனாவோட கேஸை முடிச்சுட்டு போயிட்டாரு. இவளுக வேற....”

துர்கா ஏதோ சொல்வதற்காக வாயைத் திறந்த போது – பக்கத்து மேஜை மேலிருந்த டெலிபோன் கதற ஆரம்பித்தது.

கைநீட்டி ரிஸீவரை எடுத்தான் கனகராஜ்.

“ஹலோ...”

மறுமுனையில் எழுந்த குரலைக் கேட்டதும் – அவனுடைய முகம் தார் நிறத்துக்குப் போயிற்று. ரிஸீவரை மௌனமாய் துர்காவிடம் நீட்டினான்.

“இந்தாக்கா... போன் உனக்குத்தான்...” சொல்லி அவளுடைய கையைப் பற்றி ரிஸீவரைக் கையில் திணித்தான்.

தலையை கீழே தாழ்த்தி – கையை சிரமமாய் மேலே உயர்த்தி – பேச ஆரம்பித்தாள்.

4

"நான்தான் அத்தே... கணேஷ் பேசறேன்..."

"அட... கணேஷா? எங்கிருந்துடா பேசறே..?"

"தேக்கடியில இருக்கிற என்னோட எஸ்டேட்டிலிருந்துதான்... திவ்யா வந்துட்டாளா அத்தே?"

"ஏர்போர்ட்டிலிருந்து புறப்பட்டுட்டாளாம்... ரெண்டரை மணிக்கு மேலத்தான் இங்கே வந்து சேருவா..! ஏண்டா நீயாவது ஏர்போர்ட்டுக்கு போயிருக்கலாமில்லையா..?"

"என்ன அத்தே... தெரிஞ்சு கேக்கறீங்களா... தெரியாமே கேக்கறீங்களா? நான் ஏர்போர்ட் போய் - திவ்யாவை பார்த்தா... எங்கம்மா பத்ரகாளி ஆயிடமாட்டாளா..?"

"அம்மாவுக்குப் பயந்துட்டுதான் வீட்லேயே உட்கார்ந்திட்டிருக்கியாக்கும்..."

"வேற... வழி..? திவ்யா வீட்டுக்கு வந்ததுமே எனக்கு போன் பண்ணுங்க அத்தே... எப்படியாவது பார்க்க வந்துடறேன்..."

"அப்ப... மட்டும் உங்கம்மா ஒண்ணும் சொல்ல மாட்டாளா..?"

"அம்மா மத்தியான நேரத்துல ரெண்டு மணி நேரம் தூங்கிடுவாங்க... அந்த நேரத்துல நைசா வந்து திவ்யாவை பார்த்துடறேன்..."

"போடா... பயந்தாங்கொள்ளி, நீயெல்லாம் எதுக்காக லவ் பண்றே..? கம்பத்திலேயோ, மதுரையிலேயோ... உங்கம்மாவை

பொண்ணுப் பார்க்கச் சொல்லி – அவளையேக் கல்யாணம் பண்ணிக்ககோ!"

"போங்க அத்தே... நான் திவ்யாவைத்தான் கல்யாணம் பண்ணிக்கப் போறேன். பாருங்க....கொஞ்ச நாள்ல எங்கம்மா மனசு மாறிடும்..."

"பார்க்கலாம்..! ரிஸீவரை வெச்சுடட்டுமா..? திவ்யா வந்ததும் உனக்கு போன் பண்றேன்..."

"சரி அத்தே..."

ரிஸீவரை வைத்துவிட்டுத் திரும்பிய - அந்த இருபத்தெட்டு வயதான அழகான கணேஷ் வாசற்படியில் தன் அம்மா வசுந்தராவைப் பார்த்ததும்... "அ...அ...அம்மா... நீயா..? எ... எப்பயிருந்தும்மா... வா...வாசல்ல நிக்கறே..?" என்று திக்கினான்.

கொண்டையை அழகாகப் போட்டு – கண்ணாடி மாட்டி – நல்ல அகலமான முகத்தோடு - ஐம்பது வயதில் இருந்த வசுந்தரா - மகனை உஷ்ணமாய் முறைத்துப் பார்த்தாள்.

"யார்க்குடா போன்... உன்னோட குருட்டு அத்தைக்கா..?"

"ஏம்மா... இப்படியெல்லாம் பேசறே..?"

"பேசறதுல என்னடா தப்பு? எங்கண்ணன் உயிரோட இருந்தவரைக்கும் ஆட்டி வெச்சவளாச்சே அவ... அந்த பாவத்துக்குத்தான் இப்போ... கையும் விளங்காமே... காலும் விளங்காமே... இல்லாம போன கண்ணோட சக்கர நாற்காலியை உருட்டிகிட்டு திரியறா..."

"பைசாக்கு பிரயோஜனம் இல்லாத அந்த சொத்து கைமாறுன விஷயத்துல பகையை வளர்த்துக்கிட்டு இன்னும் ஏம்மா மனசுல வெறுப்பை வெச்சுட்டிருக்கே... வெளிநாட்டுல அஞ்சு வருஷம் இருந்துட்டு திவ்யா இன்னிக்குத்தான் வர்றா... நீயும் நானும் ஏர்போர்ட்தான் போக வேண்டாம்... அத்தை வீட்டுக்காவது போயிட்டு வரலாமில்லையா..?"

"எனக்கு மூளை பிசகினா கூட நான் அந்த வீட்டு வாசற்படி ஏறமாட்டேன். நீயும் போகக்கூடாது... அந்த திவ்யாவுக்கு நீ மனசுல இடம் கொடுத்தா... உனக்கு இந்த வீட்ல இடமில்லை... உனக்கு கம்பத்துல பொண்ணு பார்த்திருக்கேன்... பேரு சாந்தி. ஏலக்காய் எஸ்டேட் பொன்னம்பலத்தோட ஒரேப் பொண்ணு. செக்காடி தெருவுல பாதி வீடுங்க அவர்க்குத்தான் சொந்தம். மதுரையில ஏ.ஸி தியேட்டர் காம்ப்ளக்ஸ் ஒண்ணைக் கட்டிகிட்டிருக்கார்..."

"சை!"

"என்னடா சலிச்சுக்கிறே..?"

"எனக்கு சாந்தியும் வேண்டாம்... பூந்தியும் வேண்டாம்... நான் கல்யாணமே பண்ணிக்கலை...போதுமா?"

"அதுதான் உத்தமம்... காலத்துக்கும் அப்பிடியே இரு! இப்ப மணி ஒண்ணாகப் போகுது. டைனிங் டேபிளுக்கு வா... சாப்பிடலாம். உங்கப்பா உயிரோட இருந்திருந்தா... நீ பேசின பேச்சுக்கு கையில சாட்டையை எடுத்திருப்பார்..."

"அப்பா... குதிரைவண்டி கூட ஓட்டுவாராம்மா..?"

டைனிங் ரூமை நோக்கி - நடந்து கொண்டிருந்த வசுந்தரா சட்டென்று நின்று - திரும்பிப் பார்த்து மகனை முறைத்தாள்.

கணேஷ் போலி பயம் காட்டி-

இரண்டு கைகளாலும் வாயைப் பொத்திக் கொண்டான்.

5

கார் கம்பம் நகரத்தின் அவுட்டரைத் தாண்டி - பகவதி அம்மன் கோயிலை நெருங்கியது. காரின் பின்சீட்டில் உட்கார்ந்திருந்த திவ்யா சொன்னாள்.

"சக்திவேல்... காரை கோயில் வாசல்ல நிறுத்திக்க..."

"எதுக்கம்மா..?"

"சாமி கும்பிட்டு போலாம்..."

"சரிம்மா..." - காரை நிறுத்தினான் சக்திவேல்.

திவ்யா இறங்கி கோயிலின் பின்புறத்தைச் சுற்றி வர - பின்னால் வந்த சக்திவேல் ஆச்சர்யப்பட்டான்.

"வெளிநாட்டுக்கு போய் படிச்சுட்டு வந்தாலும் - நீங்க கொஞ்சம் கூட மாறவேயில்லேம்மா... சிலர்க்கு கடல் தாண்டினாலே சாமி பக்தி போயிடும்..."

திவ்யா சிரித்தாள். "சக்திவேல்! வெளிநாட்டுல வருஷக் கணக்கா இருந்தாலும் எம்மனசெல்லாம் நம்ம தேசத்து மேலதான் இருந்தது. நம்ம ஊர் கோயில்களை பார்க்கிற போது மனசுக்கு கிடைக்கிற நிம்மதி - வேற எந்த தேசத்து கோயில்களைப் பார்த்தாலும் கிடைக்காது."

கோயிலில் பத்து நிமிஷம் செலவழித்து -

பகவதி அம்மனை தரிசித்துவிட்டு - காருக்கு வந்து கிளம்பினார்கள். சுருளியாறு மின்நிலைய பிரிவு அருகே - இளநீரைக் குடித்து தாக சாந்தி செய்துக் கொண்டதும் - கார் வேகம் எடுத்தது.

லோயர் கேம்ப் –

செக் போஸ்ட்–

பெரியார் மின்நிலைய குடியிருப்பு –

எல்லாமே நிமிஷ நேரத்துக்குள் – காரின் பின்னால் கரைந்து போக அடிவாரம் வந்தது. திவ்யா கேட்டாள்.

"காட் ரோடெல்லாம் டெவலப் பண்ணியிருக்காங்களா..? இல்லே இன்னமும் அதே மாதிரிதான் மோசமா இருக்கா..?"

"அதையேம்மா கேக்கறீங்க..? ரோடு முன்னைக் காட்டிலும் மகா மோசம்... கேரளா போற லாரிங்க ரோட்டை தேய்ச்சு... தேய்ச்சு... குண்டும் குழியுமா ஆயிடுச்சு... அப்பர் கேம்ப்புக்கு மேலே ரோடு கொஞ்சம் பரவாயில்லை..."

"அப்பர் கேம்பிலிருந்து லோயர் கேம்ப்புக்கு எத்தனை குழாய்ல தண்ணி போகுது..?"

"நாலு குழாயம்மா... 'பிபிஎஸ்'ல கரண்ட்டும் எடுக்கிறாங்க... கவர்மெண்ட் எல்லாமே பண்ணுது... ஆனா ரோடு மட்டும்... மோசமாவே இருக்கு..."

கார் வளைவுகளில் திரும்ப ஆரம்பித்தது.

6

டெலஸ்கோப்பிக் கன்னைப் பொருத்தி லென்ஸ் வழியாய் - ஆலமரத்து ஹேர்பின் வளைவைப் பார்த்தான் கனகராஜ். ஆர்வம் தாங்காமல் சிவப்ரகாஷ் கேட்டார்.

"என்ன கனகு தெரியுதா..?"

"தெரியுதாவா..? கண்ணை வெச்சுப் பாருங்க மச்சான். பால்கனியில உட்கார்ந்து படம் பார்க்கிற மாதிரி ஆலமரத்து ஹேர்பின் வளைவு அம்சமா தெரியுது..."

சிவபிரகாஷ் கண்ணை வைத்துப் பார்த்தார்.

அந்த கொண்டை ஊசி வளைவு - ஆலமரத்து பின்னணியோடு தெரிந்தது. ரோட்டோரமாய் மேயும் இரண்டொரு கால்நடைகளும் தெரிந்தன.

"ஆமா... நல்லாத்தான் தெரியுது..! ஆனா இங்கிருந்து குறி தவறாமே சுட முடியுமா?"

"நான் ஷூட் பண்ணிக் காட்டறேன்... இதே லென்ஸ் வழியா கார் அதளபாதாளத்துக்கு டைவ் அடிக்கப் போறதை பார்க்கப் போறீங்க..."

சிவப்ரகாஷ் சுற்றும் முற்றும் பார்த்தார்.

"என்ன மச்சான் பார்க்கறீங்க..?"

"நம்மளை யாராவது பார்த்துடப் போறாங்க..."

"இந்த ஏரியாவுக்கு யாரும் வரமாட்டாங்க... மச்சான்... காலையில பத்துமணி வரைக்கும்தான் அப்பர் கேம்ப்

கவர்மெண்ட் ஆட்களோட நடமாட்டம் இருக்கும்... அதுக்கப்புறம் இந்தப் பக்கம் ஒரு ஈ எறும்பு கூட வராது... இன்னும் கொஞ்சம் நல்லா ஒண்டி உட்கார்ங்க... பாறைக்குப் பின்னாடிதான் இடம் நிறைய இருக்கே..."

சிவப்ரகாஷ் அந்த குடைவான பாறைக்குக் கீழே இன்னமும் உள்ளே நகர்ந்து உட்கார்ந்தார். அங்கிருந்து பார்க்கும் போது - ரோட்டின் வளைவுகள் நிசப்தமாய் தெரிய ரோட்டின் கீழே - பெரிய பெரிய ராட்சச நீர்க்குழாய்கள் சிரத்தையாக சென்று பெரியார் பவர் ஸ்டேஷனைத் தொட்டிருப்பது தெரிந்தது. வளைவுகளில் இரண்டொரு லாரிகள் சோம்பலாய் ஏறிக் கொண்டிருந்தன.

"கனகு..."

"ம்..."

"என்னோட அண்ணன் வேட்டையாடறதுக்காக உபயோகப்படுத்தின துப்பாக்கியை அவரோட ரூம்ல இருந்து அண்ணிக்குத் தெரியாமே தூசித் தட்டி கொண்டு வந்துட்டோம்... நல்லா சுடுதான்னு செக்கும் பண்ணிட்டோம். அதே மாதிரி காரியத்தை முடிச்சதும் துப்பாக்கியை சத்தம் காட்டாமே அண்ணன் ரூம்ல கொண்டு போய் வெச்சுடணும்..."

"அதைப்பத்தியெல்லாம் நீங்க... கவலைப்படாதீங்க மச்சான்... நான் பார்த்துக்கிறேன்... இப்போ உங்க வாட்ச்ல மணி எத்தினி..?"

"என்னோட கணக்குக்கு அவங்க சரியா ரெண்டு மணியிலிருந்து ரெண்டே கால் மணிக்குள்ளே அந்த ஆலமரத்து ஹேர்பின் வளைவுக்கு வரணும்..."

இருவரும் காத்திருந்தார்கள்.

7

ஏரசப் பாலத்தைத் தாண்டியது கார்.

சமீபத்திய மழை ரோட்டின் இரண்டு பக்கங்களையும், கீழே தெரிந்த பள்ளத்தாக்குகளையும் பச்சையாக்கியிருந்தது. வெளிர் நீலநிறத்தில் ஆகாயம் பளீரென்று தெரிய - மேகப்பஞ்சுகள் அந்தரத்தில் நின்று குழாயடி நீர் பெண்கள் மாதிரி வம்பு பேசிக் கொண்டிருந்தது.

வெய்யில் விழாத ரோட்டில் கார் நிதானமாய் நீந்தியது.

"சக்திவேல்..."

"அம்மா..."

"கணேஷ் எப்படியிருக்கார்..?"

"அவர்க்கென்னம்மா... ராஜாவாட்டம் இருக்கார்..."

"நம்ம வீட்டுக்கு வர்றாரா..?"

"எப்பவாவது வருவார்... அம்மாகிட்டே ரெண்டு வார்த்தை பேசிட்டு உடனே ஓடிடுவார்..." திவ்யா பெருமூச்சு விட்டாள். "எப்பவோ... நடந்த ஒரு சின்னத் சொத்து தகராறை மனசுல வெச்சுகிட்டு - வசுந்தரா அத்தை இன்னமும் வீம்பா இருக்கிறது ரொம்பவும் ஆச்சர்யம்..."

பிள்ளையார்சுற்று ஹேர்பின் வளைவில் திரும்பியது கார்.

"கணேஷாவது ஏர்போர்ட்டுக்கு வந்திருந்தா எனக்கு சந்தோஷமா இருந்திருக்கும். அவரும் வரலை. அம்மாவுக்கு

பயந்த பிள்ளை... இவரை கல்யாணம் பண்ணிகிட்டு நான் எப்படித்தான் குடும்பம் நடத்தப் போறேனோ..?"

"அத்தை இந்த கல்யாணத்துக்கு சம்மதிப்பாங்களா..?"

"அவங்க சம்மதம் யார்க்கு வேணும்..? நான்தான் கணேஷுக்கு. கணேஷ்தான் எனக்குன்னு எப்பவோ முடிவாயிடுச்சே... அதை யாராலே தடுக்க முடியும்..? கணேஷை கடத்திகிட்டு போயாவது கல்யாணம் பண்ணிக்குவேன்..."

சக்திவேல் சிரித்தான்.

"நீங்க இப்படி சொல்றீங்கம்மா... ஆனா பெரியம்மாவுக்கு வேற எண்ணம் இருக்கும் போலிருக்கு..."

"வேற எண்ணமா..? என்ன..?"

"கனகராஜ் ஸார்க்கு உங்களை கட்டி வைக்க..."

குறுக்கே புகுந்து பொரிந்தாள் திவ்யா. "அப்படியொரு பைத்தியக்காரத்தனமான எண்ணம் அம்மாவுக்கு வரவே வராது. இந்த மதுரை டிஸ்ரிக்ட்டிலேயே பொறுப்பில்லாத ஒரு ஆள் யாராயிருக்கும்ன்னு கேட்டா... நான் கனகராஜ்ன்னு சொல்லுவேன்... தாவரத்துல ஒட்டுண்ணி செடி எப்படியோ அது மாதிரி மனுஷ ஒட்டுண்ணி. பத்து வருஷத்துக்கு முன்னாடி நம்ம குடும்பத்துல வந்து ஒட்டினவன் எப்படியோ சித்தப்பாவை கையில போட்டுகிட்டு இங்கேயே இருந்துட்டான்... ரெண்டுபேரும் சேர்ந்து இந்த அஞ்சு வருஷத்துல எஸ்டேட் விவகாரங்கள்ல என்னென்ன குளறுபடி பண்ணி வெச்சிருக்காங்களோ தெரியலை..."

"நல்லாதாம்மா பார்த்திட்டிருக்காங்க..."

"அந்த லட்சணத்தையும் பார்க்கத்தானே போறேன்..."

கார் மீனா ஹேர்பின் வளைவை சிரமமாய் நீந்தி - பின் வேகம் எடுத்தது. திவ்யா இன்னமும் பொரிந்து கொண்டிருந்தாள்.

"அவன்தான் தறுதலைன்னா... சித்தப்பாவுக்கு எங்கே போச்சு புத்தி..? அவரோட வயசுக்கு அவன் கூட சேர்ந்து லிக்கர் சாப்பிடலாமா? அவங்க ரெண்டு பேர்க்கும் நீதான் அஸிஸ்டென்டாமே..?"

"அப்படியெல்லாம் இல்லீங்கம்மா..."

"எனக்கு எல்லாமே தெரியும் சக்திவேல்..! அம்மாவுக்கு பார்வைதான் இல்லையேத்தவிர வாய் இருக்குதானே... கணீர்ங்கிற குரல் இருக்கு... வாரத்துக்கு ஒரு தடவை அம்மா என்கூட போன்ல பேசுவா. எஸ்டேட் விவகாரங்களை பூராவும் சொல்லுவா... கடந்த ஒரு வருஷமாவே இங்கே நடக்கிறது எதுவுமே சரியில்லையாமே..?"

"எனக்கு தெரியாதம்மா..."

"பொய் பேசாதே சக்திவேல்... நிச்சயமா உனக்கு எல்லாமே தெரியும்... ஆனா நீ மறைக்கிறே..! இந்த ஒரு வருஷமா இங்கே என்ன நடந்திட்டிருக்குன்னு நான் சொல்லட்டுமா..?"

சக்திவேல் ஏதும் பதில் பேசாமல் - எதிரே வந்த லாரிக்கு வழிவிட்டு காரை ஓதுக்கினான். லாரி நகர்ந்ததும் திவ்யாவே பேசினாள்.

"எஸ்டேட்ல கூலி வேலை செய்ய வர்ற பொண்ணுககிட்டே கனகராஜும் சித்தப்பாவும் ரொம்ப மோசமா நடந்துக்கறாங்களாமே..?"

"எனக்கு தெரியாதம்மா..."

"உனக்கு இதெல்லாம் தெரியுமா... தெரியாதாங்கிறதை எஸ்டேட்ல வெச்சு வெட்ட வெளிச்சமாக்கறேன்... நான் லாஸ் ஏஞ்சல்லயிருந்து இவ்வளவு சீக்கிரம் ஊர்க்கு திரும்பறதுக்கு காரணமே இந்த நிர்வாக சீர்கேடுதான்... அம்மாவினாலே ஒண்ணும் பண்ண முடியாதுங்கிற தைரியம்தானே அவங்களுக்கு..?"

திவ்யா பேசிக் கொண்டிருக்கும் போதே-

கார் சட்டென்று தன் வேகத்தை இழந்து மெல்ல மெல்ல நிற்க ஆரம்பித்தது. “என்ன சக்திவேல்... என்னாச்சு..?” - பதட்டமாய் கேட்டாள் திவ்யா.

8

டைனிங் டேபிளில் எதிரும் புதிருமாய் உட்கார்ந்து - சாப்பாட்டைக் கொரித்துக் கொண்டிருந்தார்கள், வசுந்தராவும் கணேஷும்.

கணேஷ் சாம்பார் சாதத்தைப் பிசைந்து கொண்டே யோசித்தான். 'அத்தை வீட்டிற்கு போய் திவ்யாவைப் பார்த்தால்தானே அம்மா திட்டுவாள்..? திவ்யா - வீட்டுக்கு வரும் முன்பே - அவளை வழியில் எங்கேயாவது பார்த்துப் பேசினால் என்ன..?'

"என்னடா யோசனை?"

"ஒண்ணுமில்லேம்மா..."

"ஒழுங்கா தட்டைப் பார்த்து சாப்பிடு..."

"சரிம்மா..." ஒரு வாய் சாம்பார் சாதத்தை திணித்துக் கொண்டு - மறுபடியும் யோசித்தான் 'திவ்யா இந்நேரம் லோயர் கேம்பிற்கும் – அப்பர் கேம்பிற்கும் மத்தியில் வந்து கொண்டிருப்பாள். சீக்கிரமாய் சாப்பாட்டை முடித்துக் கொண்டு கிளம்பினால் அப்பர் கேம்ப் வருவதற்குள் வழியில் மடக்கி விடலாம்... அங்கேயே காரை நிறுத்தி ஒருமணி நேரம் ஜாலியா பேசிவிட்டு...'

"டேய்... கணேஷ்..."

தடாரென்று சுயநினைவுக்கு வந்தான் கணேஷ்.

"என்னம்மா..?"

"சாப்பிட்டதும் நீ என்ன பண்ணப்போறே..?"

"கொஞ்சம் ரெஸ்ட் எடுக்கப் போறேன்..."

"கொஞ்சம் முருக்கடி எஸ்டேட் வரைக்கும் போயிட்டு வர்றியா..?"

"எதுக்கு..?"

"அங்கே டீ பிளான்டேஷன் சம்பந்தப்பட்ட புக்ஸ் கொஞ்சம் இருக்கு... கெஜபதின்னு ஒருத்தர் இருப்பார்..."

"தெரியுமே... தாடி வெச்சுகிட்டு..."

"அவரேதான்..."

"அவர்கிட்ட போய் புக்ஸ் வாங்கிட்டு வரணும் அவ்வளவுதானே?"

"ஆமா..."

"போயிட்டு வர்றேன்..."

"வெளியே போற சாக்குல... அவ வீட்டுக்குப் போயிடாதே..."

"நான் கண்டிப்பா அத்தை வீட்டுக்கு போக மாட்டேன்... போதுமா..?" அவசர அவசரமாய் சாப்பிட்டுவிட்டு வாஷ்பேஷனில் கை கழுவினான் கணேஷ்.

"எதுல போறே..?"

"கார்லதான்..."

"வேண்டாம்... கார்ல கொஞ்சம் ரிப்பேர்... நீ உன்னோட ஸ்கூட்டரை எடுத்துகிட்டு போ... ஸ்கூட்டரை வேகமா ஓட்டாதே..."

"சரிம்மா..."

ஈரக்கையை துடைத்துக் கொள்ளக்கூட தோன்றாமல் - பங்களா போர்டிகோவில் நின்றிருந்த ஸ்கூட்டரை நோக்கி ஓடினான். ஓடிக்கொண்டே கைக்கடிகாரத்தைப் பார்த்தான்.

நேரம் 1.45

‘திவ்யா இந்நேரம் காரில் எவ்வளவு தூரம் வந்திருப்பாள்?’

‘மீனா ஹேர்பின் வளைவைத் தாண்டியிருப்பாளா?’ யோசித்துக் கொண்டே ஸ்கூட்டரை உதைத்து அதன் மேல் பொருந்தி ஆக்ஸிலேட்டரை முறுக்கினான். காம்பௌண்ட் கேட்டைத் தாண்டி - அரை நிமிஷ நேரத்தில் ஆணவிலாஸ் எஸ்டேட்டைக் கடந்தான்.

மனசு பூராவும் திவ்யா –

திவ்யா...

திவ்யா...

9

டெலஸ்கோப்பிக் துப்பாக்கி லென்ஸில் - கண்ணைப் பதித்து உன்னிப்பாய் பார்த்துக் கொண்டிருந்தான் கனகராஜ். ஆலமரத்து ஹேர்பின் வளைவு ஒரு கலர் போட்டோ மாதிரி துல்லியமாய் தெரிந்தது.

சிவபிரகாஷ் மன உளைச்சலோடு - யாரேனும் வருகிறார்களா என்று சுற்றும் முற்றும் பார்த்துக் கொண்டிருந்தார்.

“என்ன கனகு... கார் வர்ற அறிகுறி ஏதாவது தெரியுதா?”

“கார் ரெண்டு மணிக்கு மேலதான் வரும்...”

“பின்னே இப்ப இருந்தே எதுக்காக எய்ம் பண்ணிட்டிருக்கே..?”

“கார் அந்த வளைவுல திரும்பற விநாடியும்... நான் ட்ரிக்கரை சுண்டற விநாடியும் - ஒரே நேர்க் கோட்ல வரணுமில்லையா..? அந்த நேர்க்கோட்டைத்தான் பார்த்திட்டிருக்கேன்...”

“கனகு எனக்கென்னமோ நீ குறி பார்த்து சுடுவேன்னு எம் மனசுக்குத் தோணலை... நிச்சயம் போலீஸ்ல மாட்டிக்கப் போறோம்...”

“மறுபடியும் ஆரம்பிச்சுட்டீங்களா... உங்க ஒப்பாரியை...” லென்ஸினின்றும் கண்ணை எடுத்து - அவரை முறைத்தான் கனகராஜ்.

“சரி... சரி... என்னை நீ முறைக்காதே... நீ முறைக்கிற நேரம் அந்த ஆலமரத்து ஹேர்பின் வளைவுல கார் வந்துடப் போகுது...”

கனகராஜ் மறுபடியும் லென்ஸுக்கு கண்ணைக் கொடுத்தான்.

10

கார் நின்று போய்விட – இக்னீஷியனை இழுத்துப் பார்த்தான் சக்திவேல். அது 'ர்ர்ர் ர்ர்ர்'ரென்று உயிர் பிடிக்கத் திணறியது.

"என்னாச்சு சக்திவேல்?" மறுபடியும் கேட்டாள் திவ்யா.

"பெட்ரோல் முடிஞ்சு போச்சும்மா..."

"வாட் நான்ஸென்ஸ்... இதெல்லாம் முன்னாடியேப் பார்க்க மாட்டியா? இர்ரெஸ்பான்ஸிபல் ஃபெலோ! கேன்ல பெட்ரோல் வாங்கி டிக்கியில வெச்சிருக்கியா... இல்லையா..?"

"வெச்சிருக்கேம்மா..."

"அப்ப எடுத்து ஊத்து..."

சக்திவேல் காரைவிட்டுக் கீழே இறங்கினான். சாவிக் கொத்தில் டிக்கி சாவியை நிரடிக் கொண்டு காரின் பின்பக்கம் போய் டிக்கியைத் திறந்து – கேனில் இருந்த பெட்ரோலை எடுத்து காரின் வயிற்றுக்கு வார்த்தான்.

திவ்யா பின்சீட்டுக்கு சாய்ந்து – கண்களை மூடினாள்.

'எஸ்டேட்டுக்கு போனதும் – முதல் காரியமாய் – ஆடிட்டர் பூசக்கண்ணனை கூப்பிட்டு – ஐந்து வருஷ கணக்கு வழக்குகளைக் கேட்க வேண்டும்.'

'பணவரவு விஷயங்களை சரி பார்க்க வேண்டும்.'

'லாபத்தை எந்தெந்த வகையில் முடக்கியிருக்கிறார்கள் என்று பார்த்து' –

கார் கிளம்பியது.

"வீடு போய் சேர்ற வரைக்கும் பெட்ரோல் வருமா..?" திவ்யா கேட்டாள்.

"பத்து லிட்டர் ஊத்தியிருக்கேம்மா... தாராளமா வரும்..."

"சக்திவேல்..."

"என்னம்மா..?"

"நான் ஊர்ல இல்லாத நேரத்துல நீ அப்படி இப்படி இருந்திருக்கலாம்... அதைப்பத்தி நான் ஒண்ணும் சொல்ல மாட்டேன்... சித்தப்பாவைப் பத்தியும் கனகராஜைப் பத்தியும் நீ எனக்கு விபரமா சொல்லணும்... நீ சொல்லப் போற விஷயங்களை - வெச்சுகிட்டுதான் அவங்க ரெண்டு பேர் கண்ணிலேயும் விரல் விட்டு ஆட்டப் போறேன்..."

"எனக்கு யாரைப் பத்தியும் ஒண்ணும் தெரியாதம்மா..."

"நீ தேறமாட்டே..! இப்படியெல்லாம் நல்ல விதமா கேட்டா நீ பதில் சொல்லமாட்டே... உன்கிட்டயிருந்து உண்மைகளை எப்படி வரவழைக்கிறதுன்னு எனக்குத் தெரியும்..."

ஆலமரத்து ஹேர்பின் வளைவு - நெருங்கிக் கொண்டிருந்தது.

"அம்மா... எம்மேலே... நீங்க... வீணா சந்தேகப்படறீங்க..."

"நீ பேசாமே காரை ஓட்டு... பங்களாவுக்கு போனதும் உன்னைப் பேசிக்கிறேன்... அம்மா முன்னாடி நிக்கவச்சு கேள்வி கேட்டா... தன்னால பதில் சொல்லிட்டு போறே..!"

கார் ஆலமரத்து ஹேர்பின் வளைவை நெருங்கி - வேகத்தை லேசாய்க் குறைத்து திரும்ப ஆரம்பித்தது.

கார் அரைவட்டம் அடிப்பதற்குள் -

'த்தட்' என்று ஒரு சத்தம்.

சக்திவேல் துள்ளி விழுந்து – ஸ்டீயரிங் மேலேயே கவிழ்ந்தான்.

திவ்யா - பதட்டமாகி நிலைமையை உணர்வதற்குள் - கார் தடுமாறி ஏற்கெனவே உடைந்து போயிருந்த - சுற்றுச்சுவரை மேலும் உடைத்துக் கொண்டு - மலைச்சரிவின் அதளபாதாளத்தை நோக்கி – வந்த வேகத்தில் பாய்ந்தது - தலைக்குப்புற சர சரவென கீழ் நோக்கிப் போயிற்று. போகிற வழியில் எதிர்பட்ட மரங்களுக்கு ஆவேசமான முத்தங்களைக் கொடுத்துக் கொண்டே கொஞ்சம் கொஞ்சமாய் சிதறியது.

11

மத்தியானம், நேரம் 2.30.

ஆலமரத்து ஹேர்பின் வளைவில் அந்த போலீஸ் ஜீப் நின்றிருந்தது. காக்கிச் சட்டைகள் சுற்றுச் சுவர் ஓரமாய் நின்று கொண்டிருக்க - ராணி மங்கம்மாள் போக்குவரத்து பஸ்கள் பிரயாணிகளோடு தயங்கி - தயங்கி அந்த வளைவைக் கடந்தன. ரோட்டோரமாய் ஆடு மேய்க்கிற – டிரவுசர் போட்ட சிறுவர்கள் பிரமிப்போடு வேடிக்கை பார்த்துக் கொண்டிருந்தார்கள்.

இன்ஸ்பெக்டர் மார்ட்டின் - தன்னருகே நின்று பள்ளத்தாக்கை எட்டிப் பார்த்துக் கொண்டிருந்த சப்-இன்ஸ்பெக்டர் கண்ணனை ஏறிட்டார்.

"கண்ணன்..."

"ஸார்..."

"இந்த ஆக்ஸிடெண்ட்டைப் பத்தி தகவல் சொன்னது யார்?"

"அதோ... அவர்தான் ஸார்..."

"அவரைக் கூப்பிடுங்க..."

கண்ணன் கூப்பிட்டார். "மிஸ்டர் கணேஷ்... ஒரு நிமிஷம் வர்றீங்களா..?"

கண்களில் நீரோடு பள்ளத்தாக்கையே வெறித்து பார்த்துக் கொண்டிருந்த கணேஷ், இன்ஸ்பெக்டரை நோக்கி

மெல்ல நடந்து வந்தான். அருகே வந்ததும் மார்ட்டின் கேட்டார்.

"ஆக்ஸிடெண்ட்டை நீங்கதான் பார்த்தீங்களா..?"

"ஆமா... ஸார்..."

"எங்கிருந்து பார்த்தீங்க..?"

"மேல்வளைவிலிருந்து..."

"ஆக்ஸிடெண்ட் நடந்த விதத்தைப் பத்தி சொல்ல முடியுமா?"

"கார் இந்த வளைவில திரும்பும் போது - திடீர்ன்னு நிலைதடுமாறி சுவரை உடைச்சுகிட்டு கீழே விழுந்தது ஸார்... நான் ஸ்கூட்டர்ல மேல்வளைவை திரும்பற அஞ்சு செகண்ட்ல இந்த விபத்து நடந்துடுச்சு..."

"கார்ல இருந்தது உங்க அத்தை பொண்ணுன்னு சொன்னீங்களாமே..?"

"ஆமா... ஸார்... அவ பேரு திவ்யா... லாஸ் ஏஞ்சல்ல தங்கி அஞ்சு வருஷமா படிச்சிட்டிருந்தவ இன்னிக்குத்தான் ஊர் திரும்பினா. அவளை வரவேற்கத்தான் நானும் வந்துட்டிருந்தேன்."

"கார்ல திவ்யா இருந்ததை பார்த்தீங்களா?"

"பார்த்தேன்..."

"கார்ல வேற யார் இருந்தாங்க..?"

"கூட ட்ரைவர் சக்திவேல் மட்டும்தான் இருந்தார்..."

மார்ட்டின் கணேஷைவிட்டு விலகி - ரோட்டில் காரின் டயர்கள் தேய்த்த பதிவுகள் அருகே வந்தார்.

"காரோட டயர் மார்க்ஸைப் பார்க்கும் போது - ப்ரேக் அப்ளை பண்ணின மாதிரியே தெரியலை கண்ணன்."

"ப்ரேக் அப்ளை பண்ணவே அவகாசம் இருந்திருக்காது ஸார்..."

"நோ... கண்ணன் யூ... ஆர் ராங்... எந்த டிரைவருமே வண்டி தன்னோட கட்டுப்பாட்டுக்குள்ளே இல்லேங்கிற விபரம் தெரிஞ்சதும் அனிச்சை செயலா சடன்னா பிரேக்கை அழுத்துவாங்க. ஆனா இந்த ஆக்ஸிடெண்ட்ல காரோட பிரேக் அப்ளை பண்ணப்படவே இல்லை..."

கண்ணன் ஆமோதிக்க - மார்ட்டின் மறுபடியும் கணேஷின் பக்கம் திரும்பினார். "கார்ல வந்த திவ்யா உங்களுக்கு அத்தை பொண்ணுன்னு சொன்னீங்க..?"

"ஆமா..."

"எந்த எஸ்டேட்டைச் சேர்ந்தவங்க..?"

"எமரால்ட் க்ரீன் எஸ்டேட்..."

"அப்ராட் எதுக்காக போயிருந்தாங்க..?"

"படிப்பு விஷயமா..."

"எஸ்டேட்ல இப்ப யாரு இருக்காங்க?"

"திவ்யாவோட மதர்.... துர்கா பரமேஸ்வரி, சித்தப்பா சிவப்ரகாஷ், தாய்மாமன் கனகராஜ்... வேலைக்காரப் பொண்ணு சுதா...."

"நீங்க தேக்கடியில எங்கே இருக்கீங்க?"

"ஆணவிலாஸ் எஸ்டேட்டுக்கு எதிர்ல - வசுந்தரா எஸ்டேட் இருக்கு. அந்த எஸ்டேட் எங்களோடதுதான்..."

"ஐ... ஸி... திவ்யாவோட வீட்டுக்கு தகவல் குடுத்திட்டீங்களா?"

"குடுத்துட்டேன்... ஸார்! இந்நேரம் வந்திட்டிருப்பாங்க..."

"டிரைவர் சக்திவேல் திறமையான டிரைவர்தானா?"

"நல்ல டிரைவர் ஸார்... பத்து வருஷமா அந்த வீட்ல டிரைவரா இருந்திருக்கான்... கம்பத்திலிருந்து தேக்கடி வரைக்கும் உள்ள மலைப்பாதையோட ஒவ்வொரு கிலோ மீட்டரும் அவனுக்கு அத்துப்படி. இதுவரைக்கும்

ஒரு ஆக்ஸிடெண்டைக்கூட அவன் சந்திச்சதில்லை.... அவன் டிரைவிங்ல எத்தனையோ தடவை கார் பிரயாணம் பண்ணியிருக்கேன்... ரொம்பவும் ஸாஃப்ட் ட்ரைவிங்... அம்பது கிலோ மீட்டர்க்கு மேலே அவன் போகவே மாட்டான்...”

“பின்னே இந்த ஆக்ஸிடெண்ட் எப்படி நடந்திருக்கும்?”

“அதான் ஸார் தெரியலை...”

அவர்கள் பேசிக் கொண்டிருக்கும் போதே - அந்த ஆஸ்டின் கார் வேகவேகமாய் வந்து நின்றது. இரண்டு பக்க கதவுகளையும் திறந்து கொண்டு - போலி பதட்டத்தோடு கீழே இறங்கினார்கள் சிவப்ரகாஷும், கனகராஜும்.

“திவ்யாவோட சித்தப்பாவும், தாய்மாமனும் வர்றாங்க ஸார்...” கணேஷ் சொல்ல - அவனிடம் வந்தார்கள்.

“என்ன கணேஷ்... நீ நல்லா பார்த்தியா..? விழுந்தது நம்ம கார்தானா..?”

“நம்ம கார்தான்... ஒயிட் அம்பாசிடர்...”

“திவ்யா கார்ல இருந்தாளா..?”

“இருந்தா... பின்சீட்ல உட்கார்ந்திட்டிருந்தா...”

சிவப்ரகாஷ் செயற்கை சோகத்தை முகத்துக்குக் கொண்டு வந்து - உடம்பு தளர்ந்தவர் போல் - அந்த சாலையோர பாறைத் திட்டின் மேல் உட்கார்ந்து கொண்டார்.

கனகராஜ் மார்புக்கு குறுக்காக – கைகளைக் கட்டிக் கொண்டு - முகத்தை அண்ணாந்து ஆகாயத்தைப் பார்த்துப் பெருமூச்சு விட்டான்.

“அவன் ஏர்போர்ட்டுக்குப் போறப்பவே நான் சொன்னேன்.” தனக்குள் முனகிக் கொள்வதைப் போல கொஞ்சம் சத்தமாக சொன்னான்.

இன்ஸ்பெக்டர் மார்ட்டின் அதைக் கேட்டுவிட்டு பளிச்சென்று அவன் பக்கமாய் திரும்பினார். “என்ன சொன்னீங்க..?”

“அந்த சக்திவேல் கொஞ்ச நாளாவே அபினுக்கும் கஞ்சாவுக்கும் பழக்கமாகியிருந்தான் ஸார். பார்க்கிறபோதெல்லாம்... ஒரு மிதமான போதையில் இருந்தாலும் கார் டிரைவிங் பெர்ஃபெக்ட்டா இருக்கும்... இன்னிக்கு காலைல அவன் மதுரை ஏர்போர்ட்டுக்கு புறப்பட்டுப் போகறப்ப – சிகரெட்ல கஞ்சா புகையிலையை அடைச்சி ஊதிகிட்டிருந்தான். நான்தான் திட்டி அனுப்பிச்சேன்..! பாவி போற வழியில சுதி ஏத்திகிட்டான் போலிருக்கு...”

“ஆமா... உங்க வீட்லயிருந்து யாரும் ஏர்போர்ட் போகலையா?”

“போகலை...”

“ஏன்..?”

“எங்க எஸ்டேட் கார்டன்ல லேபர் ஆபீஸர் என்கொய்ரி இருந்தது...”

“ரெண்டு பேர்ல ஒருத்தராவது போயிருக்கலாமே..?”

“அது முக்கியமான ஒரு லேபர் பிரச்னை ஸார்... நானும் இவரும் அவசியம் இருக்க வேண்டிய கட்டாயம்...”

கணேஷ் சப் – இன்ஸ்பெக்டர் கண்ணனிடம் கேட்டுக் கொண்டிருந்தான். “ஸார்... ரெண்டு பேரையும் அந்தக் காரையும் ரெகவர் பண்ண முடியுமா..?”

“கொய்ட் இம்பாஸிபிள் மிஸ்டர் கணேஷ். இது ஒரு மோசமான ஆக்ஸிடெண்ட் ஸ்பாட்... கார் இந்நேரம் சின்னச் சின்ன மெட்டல் பீஸா சிதறியிருக்கும்.... காரே அப்படி சிதறும் போது – உள்ளே இருந்தவங்களைப் பத்தி என்ன சொல்ல முடியும்...”

“ஸார்... நான் உங்ககிட்டே கொஞ்சம் தனியாப் பேசணும்...”

“என்ன பேசணும்..?”

"இப்படி வாங்க சொல்றேன்..." ரோட்டின் மறுபக்கத்திற்கு சப்-இன்ஸ்பெக்டரைக் கூட்டிப் போனான் கணேஷ்.

"ஸார்... இந்த கார் விபத்து ஏன் ஒரு திட்டமிட்ட கொலை முயற்சியா இருக்கக்கூடாது..?"

"கொலை முயற்சியா..?"

"எஸ்..."

"கொலை முயற்சின்னு ஏன் சொல்றீங்க..?"

"திவ்யாவுக்கு யாராவது எதிரிகள் இருந்து இந்தக் காரியத்தை பண்ணியிருக்கலாமே..?"

"எப்படி பண்ணியிருக்கலாம்ன்னு சொல்றீங்க..?"

"ஏதாவது டைம்பாம் ஃபிக்ஸ் பண்ணியிருக்கலாம்... இந்த வளைவுகிட்டே வரும்போது வெடிக்கிற மாதிரி டைம் செட் பண்ணியிருக்கலாம்..."

கண்ணன் சிரித்தார். "அப்படி ஏதாவது செட் பண்ணியிருந்தா இந்நேரம் தெரிஞ்சிருக்கும் கணேஷ்..!"

"எப்படி ஸார்..?"

"கார்ல டைம்பாம் செட் பண்ணி – அது வெடிச்சுத்தான் கார் இந்த வளைவுல விழுந்திருக்கிற பட்சத்துல... ரோட்லேயே அதன் அறிகுறிகள் தெரிஞ்சிருக்கும்... காரோட ஒரு பாகமாவது இங்கே சிதறியிருக்கும்... ஆனா நடந்திருக்கிற சம்பவம் விபத்து மாதிரிதான் தெரியுது... கனகராஜோட ஸ்டேட்மெண்ட்படி... டிரைவர் சக்திவேல் கஞ்சா - அபின் சாப்பிடறவர்... இந்த ஒரு காரணமே போதும்..."

கணேஷ் கண்களில் நீரோடு எங்கோப் பார்த்தான்.

மனசுக்குள் திவ்யா இடறினாள்.

'இது நிச்சயம் விபத்தில்லை... என்னமோ நடந்திருக்கிறது... இரண்டு கண்களை கட்டிவிட்டால் கூட டிரைவர் சக்திவேல் –

இந்த மலைப்பாதையில் காரை ஓட்டுவானே..? அவனுடைய காராவது... ஆக்ஸிடெண்ட் ஆவதாவது..?'

தப்பு நடந்திருக்கிறது.

'நிச்சயமாய் நடந்திருக்கிறது.'

12

விபத்து நடந்த ஐந்தாவது நாள். சாயந்தர நேரம் ஏழுமணி.

திவ்யாவின் போட்டோ ஒன்று அவசர அவசரமாய் பெரிதாக்கப்பட்டு – சுவரோரமாய் வைத்து – படத்திற்கு பெரிய ரோஜா மாலை போட்டிருந்தார்கள். மூன்று வாழையிலைகளில் அரிசி கொட்டி அதன்மேல் காய்கறிகளை கொட்டியிருந்தார்கள். சாம்பிராணி சம்புடத்தில் அடர்த்தியாய் புகைந்தது. எதிரே வெற்றுடம்போடு அய்யர் உட்கார்ந்து காரிய மந்திரங்களைச் சொல்லிக் கொண்டிருந்தார். ‘பிதுர்ஸே பவித்ராய நம... தேஹியாம் பவ...”

ஹாலில் சின்னதாய் ஒரு உறவு கும்பல் நாற்காலிகளில் உட்கார்ந்திருக்க – துர்கா பரமேஸ்வரி சக்கர நாற்காலியில் தொய்ந்துப் போய் தெரிந்தாள். கண்களில் அழுகையின் ஈரம் காயாமல் இருந்தது. வசுந்தரா வேண்டா வெறுப்பாய் அருகே நின்றிருந்தாள். கணேஷ் இறுகிப்போன முகத்தோடு – திவ்யாவின் போட்டோவையேப் பார்த்துக் கொண்டிருந்தான்.

சிவப்ரகாஷும், கனகராஜும் – ஹால் கதவோரமாய் நின்று – வருகிறவர்களை வரவேற்றுக் கொண்டிருந்தார்கள். நிமிஷத்திற்கொருதரம் – யார்க்கும் தெரியாமல் புன்னகைத்துக் கொண்டார்கள்.

“என்னமோ பயந்தீங்களே... மச்சான்... இப்ப என்ன சொல்றீங்க..?”

“கருமாதி பண்ணிட்டிருக்கோம்...”

"சிரிக்காதீங்க... யாராவது பார்த்துடப் போறங்க..."

"அந்த கணேஷ் பயலோட பார்வைதான் சரியில்லை... நாலு அஞ்சு நாளா உன்னையும் என்னையும் ஒரு மாதிரியாப் பார்த்துட்டிருக்கான்..."

"போலீஸ் ஸ்டேஷனுக்கு வேற தினமும் போயிட்டு வர்றான்."

"சரி... சரி... லட்சுமி எஸ்டேட் மானேஜர் வர்றார்... செத்துப் போன அண்ணனுக்கு ரொம்பவும் தோஸ்த்... கூப்பிட்டுப் போய் உள்ளார உட்கார வைய்யி."

எஸ்டேட் மானேஜர் இவர்களை நெருங்கியதும் ஒப்புக்காக வருத்தப்பட்டார். "வெளிநாட்டிலிருந்து திரும்பின பொண்ணுக்கு இப்படியா முடிவு வரணும்..? ந்யூஸை நான் கேள்விப்பட்டதும் கொஞ்ச நேரத்துக்கு ஆடிப் போயிட்டேன்... நல்ல பொண்ணு..."

"என்ன பண்றது... அவ விதி அப்படியிருக்கு. உள்ளே போய் உட்கார்ங்க..." கனகராஜ் சொல்ல - அவர் உள்ளே போனார்.

"கூப்பிட்டவங்க அத்தனை பேரும் வந்துட்டாங்களா..?"

"நவரத்னா எஸ்டேட்டிலிருந்து யாரும் வரலை போலிருக்கு..."

"அதே மாதிரி... கல்பகா எஸ்டேட்டிலிருந்தும் வரலை... சாயந்தரமானா அவங்களுக்கு தண்ணி போடணும்... கோழி சாப்பிடணும்... அதையெல்லாம் விட்டுட்டு திவ்யாவோட திவச காரியங்களுக்கு வந்து உட்கார்ந்திட்டிருப்பாங்களா என்ன?"

"அய்யா..."

சிவப்ரகாஷ் திரும்பினார்.

புரோகித அய்யர் நின்றிருந்தார்.

"என்ன அய்யரே..?"

"காரியங்களை ஆரம்பிச்சுடலாமா..?"

"ம்... ஆரம்பிச்சு சீக்கிரமா... முடிங்க... வந்திருக்கிறவங்க எல்லாருமே பெரிய மனுஷங்க... அவங்கவங்களுக்கு ஆயிரத்தெட்டு வேலை இருக்கும்."

"இதோ... முடிச்சுடறேன்..."

அய்யர் வேகவேகமாய் திரும்பிப் போனார். சிவப்ரகாஷ் கூப்பிட்டார்.

"கனகு..."

"ம்..."

"அய்யரோடப் பொண்ணை நீ பார்த்திருக்கியா..?"

"ஊஹும்..."

"உன்னோட கண்ணு பாவம் பண்ணியிருக்கணும்... என்னமா இருக்கா தெரியுமா... சோழவந்தான் ரஸ்தாளி பழம் மாதிரி... ஒரு நாளைக்கு..." பேசிக் கொண்டே போன சிவப்ரகாஷ் வாயை மூடிக் கொண்டார் சட்டென்று.

"என்ன மச்சான் நிறுத்திட்டீங்க..?"

"பங்களாவுக்குள்ளே டாக்ஸி ஒண்ணு வருதே..!"

"டாக்ஸியா..?"

திரும்பிப் பார்த்தான் கனகராஜ்.

டாக்ஸி நிதானமான வேகத்தில் – நீந்தியபடி போர்டிகோவுக்குள் வந்து நின்றது.

பின்கதவு 'ப்ளக்' - என்று திறக்கப்பட –

திவ்யா –

கீழே இறங்கினாள்.

13

ஐய்யரின் கையிலிருந்த கற்பூரத்தட்டு நடுக்கமாய் கீழே தாழ - நாற்காலிகளில் உட்கார்ந்திருந்த அத்தனைபேரும் - அதிர்ச்சியடித்த முகங்களோடு திடும்மென்று எழுந்து நிற்க - கனகராஜும், சிவப்ரகாஷும் நின்று போன விழிகளோடு வெறித்துப் பார்க்க - கணேஷ் மட்டும் திகைப்பு கலந்த சந்தோஷத்தோடு பாய -

திவ்யா பங்களாவின் ஹாலுக்குள் நுழைந்தாள். டாக்ஸி டிரைவர் போர்டிகோவிலேயே நின்று கொள்ள - திவ்யா சிவப்ரகாஷத்திடம் சொன்னாள்.

"சித்தப்பா... நான் மதுரையிலிருந்து டாக்ஸியில வந்திருக்கேன். பணம் கொடுத்து அனுப்புங்க..."

கணேஷ் அவளிடம் பாய்ந்து வந்தான்.

"தி... திவ்... திவ்யா..."

திவ்யா சிரித்தாள். "என்ன கணேஷ்... எல்லாருமா சேர்ந்து எனக்கு கருமாதியே நடத்திட்டீங்க போலிருக்கு..."

ஹால் பூராவும் அதிர்ச்சி கலந்த சலசலப்பு சத்தம் பரவியது. திவ்யா யாரையும் பொருட்படுத்தாமல் சக்கர நாற்காலியில் உட்கார்ந்திருந்த துர்கா பரமேஸ்வரியை நோக்கி ஓடினாள்.

"அம்மா... ஆ..."

ஓடிப்போய் மண்டியிட்டு - அம்மாவின் மடியில் முகம் புதைத்தாள். அம்மாக்காரியின் முகத்தில் சந்தோஷம்

கொட்டியது. கைகள் பரவசத்தோடு திவ்யாவின் தலையை தடவியது.

"வந்துட்டியா திவ்யா... உனக்கொண்ணும் ஆகலையே..?"

"எனக்கொண்ணும் ஆகலைம்மா..."

கணேஷ் அவளருகே வந்தான்.

"திவ்யா... அவ்வளவு பெரிய ஆக்ஸிடெண்ட்லிருந்து எப்படி தப்பிச்சே..? உடம்புல ஒரு கீறல் காயம் கூட இல்லையே..?"

"ஆக்ஸிடெண்டா..?"

"ஆமா..."

"அப்ப நீ சொல்ற ஆக்ஸிடெண்ட்ல மாட்டி செத்துப்போனது நானில்லை..."

"பின்னே யார்..?"

"எனக்குத் தெரியாது கணேஷ். நான் பம்பாய் ஏர்போர்ட்ல இறங்கி லாட்ஜுக்கு போறதுக்காக டாக்ஸியை எதிர்பார்த்துட்டிருந்தேன்... அந்த சமயத்துல கார்ல வந்த ஒருத்தர் எனக்கு லிப்ட் தர்றதா சொல்லி கூட்டிட்டு போனார். கார்ல போகும் போதே ஏ.ஸியைப் போட்டார்... ஏதோ வாசனை மாதிரி வந்தது. நான் உடனே மயக்கமாயிட்டேன்... கண் விழிச்சுப் பார்த்தப்ப - நான் ஒரு பங்களால இருந்தேன்.

அச்சு அசலா என்னை மாதிரியே இருந்த ஒரு பொண்ணை எம் முன்னாடி கொண்டு வந்து நிறுத்தி உனக்குப் பதிலா இவதான் திவ்யாவா அந்த வீட்டுக்குப் போகப் போறா... கொஞ்சநாள்ல நீ சாகப் போறேன்னு சொல்லி என்னை ஒரு தனி ரூம்ல போட்டு பூட்டி வெச்சிருந்தாங்க... மூணு நாளைக்கு முன்னாடிதான் - அந்த வீட்ல இருந்த ஒரு வேலைக்காரப் பொண்ணோட உதவியாலே தப்பிச்சு வெளியே வந்தேன்.

ஃபாரின்லிருந்து நான் கொண்டு வந்த சூட்கேஸ், பணம் எல்லாத்தையும் அவங்க பறிச்சுகிட்டதினாலே - போலீஸ் ஸ்டேஷன்ல போய் என்னோட நிலைமையைச் சொல்லி அவங்க உதவியாலே ட்ரெயின் ஏறி மதுரை வந்தேன்... மதுரையிலிருந்து ஒரு டாக்ஸி பிடிச்சு வர்றேன்..."

துர்கா பரமேஸ்வரி மகளைக் கட்டிப்பிடித்துக் கொண்டாள். கண்களில் நீர் நிரம்பி கன்னத்தில் விழுந்து தெறித்தது.

"திவ்யா... நான் கும்பிட்ட சாமி என்னை கைவிடலை அம்மா... உன்னை உயிரோட கொண்டு வந்து என்கிட்டே சேர்த்துடுச்சு..."

"அம்மா... நான் வெளிநாட்டுல இருந்தவரைக்கும் ரொம்பவும் பாதுகாப்பா இருந்தேன். ஆனா நம்ம நாட்டுக்கு வந்து இறங்கினதுமே என்னோட பாதுகாப்பு போயிடுச்சு..."

கணேஷ் ஆர்வமான குரலில் கேட்டான். "உன்னைக் கடத்திகிட்டு போனது யார்ன்னு தெரியுமா திவ்யா..?"

"தெரியலை கணேஷ்... ஆள் பார்க்க படு டீஸண்டா இருந்தான். நம்ம குடும்பத்தைப் பத்தி நல்லா தெரிஞ்சு வெச்சிருக்கான்..."

"நீ பார்த்தப் பொண்ணு உன்னை மாதிரியே இருந்தாளா..?"

"அப்படியே... என்னையே அச்சுல வார்த்த மாதிரி..! பிளாஸ்டிக் சர்ஜரி பண்ணியிருக்கலாம்... என் மாதிரியே பேசினா... அதுதான் ஆச்சர்யம்."

"பம்பாய்ல அவங்க இருந்த இடம் எந்த இடம்ன்னு உனக்குத் தெரியுமா திவ்யா..?"

"தெரியாது கணேஷ்... என்னை ரூமுக்குள்ளேயே அடைச்சு வெச்சிருந்தாங்க... நான் தப்பிச்சு வெளியே வந்ததும் ஒரு ராத்திரி நேரம்தான். இடம் எனக்கு சரியா பிடிபடலை..."

துர்கா பரமேஸ்வரி மகளை மறுபடியும் தடவி தடவிப் பார்த்து மகிழ்ந்தாள். "உன்னை மாதிரியே வந்த அந்த பேராசைக்காரிக்கு ஆண்டவனாய் பார்த்து தண்டனையைக் குடுத்துட்டான் திவ்யா. அவ உடம்பைக் கூட எடுக்க முடியாதபடிக்கு நொறுங்கிட்டா..."

"மதுரையிலேயே பேப்பர் வாங்கி பார்த்துட்டேன்மா..." என்று சொன்ன திவ்யா கணேஷின் பக்கம் திரும்பினாள். "கணேஷ்! போலீஸுக்கு போன் பண்ணி இன்ஸ்பெக்டரை வரவழைக்க முடியுமா..?"

"எதுக்கு திவ்யா..?"

"நம்ம குடும்பத்துக்கு எதிரா ஏதோ சதி நடக்குது... நம்ம குடும்பத்துல இருக்கிற யாரோ ஒருத்தர்... ரொம்பவும் விசுவாசமா வெளியே இருக்கிறவங்களுக்கு வேலை பார்த்திட்டிருக்காங்க. இங்கே நடக்கிற விஷயங்களை உடனுக்குடன் சொல்றாங்க... நான் வெளிநாட்டிலிருந்து பாம்பே வர்ற தேதி தெரிஞ்சிருக்கு... என்னோட நடையுடை பாவனை பேச்சு எல்லாமே தெரிஞ்சிருக்கு. அந்த சதித்திட்டத்துக்கு உடந்தையா இருக்கிறவங்களை கண்டுபிடிச்சேயாகணும்..."

கணேஷ் போலீஸுக்கு போன் செய்வதற்காக - வேகவேகமாய் பக்கத்து அறைக்குப் போனான்.

"சித்தப்பா..!!"

திவ்யாவின் குரலைக் கேட்டு - அயர்ந்து போய் நின்றிருந்த சிவப்ரகாஷ் ஓடிவந்தார்.

"என்னம்மா..?"

"என் போட்டோவுக்கு போட்டிருக்கிற மாலையை உடனே கழட்டுங்க... எல்லாரையும் அனுப்பிட்டு மேலே வாங்க... நான் உங்ககூட கொஞ்சம் தனியா பேசணும்..."

14

இரவு பதினோரு மணி.

கெஸ்ட் ஹவுஸில் சிவப்ரகாஷும், கனகராஜும் எதிரெதிரே உட்கார்ந்து மோவாய்களை தாங்கியிருந்தார்கள். டீபாயின் மேலிருந்த ஸ்காட்ச் பாட்டில் தன் பாதி வயிறை காலி செய்திருந்தது. வெளியே சுவர்க்கோழிகள் கோஷ்டி கோஷ்டியாய் ஹார்மோனியம் வாசித்துக் கொண்டிருந்தது. கண்ணாடி ஜன்னலுக்கு வெளியே பனி சிதறிக் கொண்டிருந்தது.

“கனகு...”

“ம்...”

“இன்னும் எத்தனை நேரம்தான் இப்பிடியே உட்கார்ந்துட்டிருப்பே..?”

“ஒண்ணுமே புரியலை... மச்சான்!”

“என்ன புரியலை..?”

“டிரைவர் சக்திவேல் கூட வந்தது போலியாமே..? அவ்வளவு கஷ்டப்பட்டு ‘எய்ம்’ பண்ணி டெலஸ்கோப்பிக் கன்னுல அடிச்சும் பிரயோஜனமில்லையே... திவ்யாவோட எதிரியைத்தான் கொன்னிருக்கோம்...”

“எனக்கொரு சந்தேகம் கனகு...”

“என்ன?”

“திவ்யா பொய் சொல்றாளோன்னு! கார் உருண்டு விழும்போது திவ்யா தப்பிச்சிருக்கலாம். தப்பிச்சவ அந்த

சம்பவத்துக்கு யார் காரணம்ன்னு தெரிஞ்சிக்கிறதுக்காக 'போலி திவ்யா'ன்னு நாடகமாடறா போலிருக்கு..."

"நீ நினைக்கிறது தப்பு மச்சான்... கார் அதலபாதாளத்துல குப்புற கவுந்ததை நாம்பளே கண்ணால பார்த்தோம்... கார் சுக்கல் சுக்கலா போயிருக்கும்... உள்ளே இருந்தவங்களோட கதியைப் பத்திச் சொல்லவே வேண்டாம்... ஆனா திவ்யா முழுசா ஸ்ரீவில்லிப்புத்தூர் பால்கோவா மாதிரி உடம்புல ஒரு சிராய்ப்பும் இல்லாமே வந்திருக்கா... கார்ல வந்தது நிச்சயமா போலி திவ்யாதான். அதுல சந்தேகமே வேண்டாம்..."

"அப்போ... நம்மளைத் தவிர வேற ஏதோ ஒரு கும்பல் திவ்யா மேலே கண்ணு வெச்சிருந்திருக்காங்க..."

"ஆமா..."

"இனி நம்ம அடுத்த ஸ்டெப் என்ன..?"

"அதுக்கு முன்னாடி இதைச் சொல்லுங்க..... மாடிக்கு வரச் சொன்ன திவ்யா உங்ககிட்டே என்ன கேட்டா..?"

"ஏன் சித்தப்பா... பாம்பே ஏர்போர்ட்டுக்கு என்னை ரிஸீவ் பண்ண வந்திருந்தா இந்த விபரீதம் எனக்கு வந்திருக்குமான்னு கேட்டா..?"

"நீங்க என்ன சொன்னீங்க..?"

"என்ன சொல்ல முடியும்..? பேசாமே தலையைக் குனிஞ்சுகிட்டேன்..."

"அப்புறம்..?"

"எஸ்டேட்ல எத்தனை பேர் வேலை பார்க்கிறாங்களோ... அவங்களோட பேரு, அட்ரஸ் எல்லாத்தையும் எழுதி என்கிட்டே கொண்டு வந்து காட்டணும்ன்னு சொன்னா..."

"அப்புறம்..?"

"கனகராஜ் மாமா ஒழுங்கா இருக்காரான்னு கேட்டா..."

"நீ... நீங்க... என்ன சொன்னீங்க..?"

“உன்னைப் பத்தின உண்மையைச் சொல்ல முடியுமா..? ஒழுங்காத்தான் இருக்கிறதா சொன்னேன்... ஆனா அவ நம்பலை...”

“மச்சான்...”

“என்ன?”

“இவகிட்டே நாம தாக்குபிடிக்க முடியாது... ஒண்ணு அவ இந்த எஸ்டேட்ல இருக்கணும்... இல்லே நாம இருக்கணும்...”

“நீயும் நானும் வெளியே போக முடியுமா..? அவளுக்குத்தான் ஒரு முடிவு கட்டணும். ஸ்காட்ச்சை கொஞ்சம் ஊத்து கனகு... இன்னிக்கு பூராவும் தூக்கம் கெட்டாலும் பரவாயில்லை. யோசிச்சு ஒரு முடிவுக்கு வந்தாகணும்...”

“டொக்... டொக்...”

கெஸ்ட் ஹவுஸின் வெளிவாசல் கதவு தட்டப்படும் சத்தம் கேட்டு இருவரும் ஒருவரையொருவர் பார்த்துக் கொண்டார்கள்.

“இந்நேரத்துக்கு யார் வந்து கதவைத் தட்டறாங்க..?”

“போய்ப் பாரு கனகு...”

கனகராஜ் எழுந்து தள்ளாடாமல் கதவை நோக்கிப் போனான்.

“யாரது..?” குரல் கொடுத்தான்.

“நான்தான் திவ்யா...”

அவசர அவசரமாய் கதவைத் திறந்தான் கனகராஜ். புறங்கையால் வாயை மூடிக் கொண்டான். “வா... திவ்யா... என்ன... இந்த நேரத்துல..?”

“ஏன் இந்த நேரத்துக்கு என்ன..? இந்த நேரத்துக்கு வரக்கூடாதுன்னு ஏதாவது சட்டம் போட்டிருக்கீங்களா..?”

"நோ... நோ... அப்படியெல்லாம் ஒண்ணுமில்லை... என்ன விஷயம் திவ்யா? ஏதாவது வேணுமா..?"

"அதெல்லாம் ஒண்ணும் வேண்டாம்... இங்கே ரொம்ப நேரமா லைட் எரிஞ்சிட்டிருந்தது... அதான் என்னன்னு பார்த்துட்டுப் போலாம்ன்னு வந்தேன்..."

"சும்மா பேசிட்டு இருந்தோம்.."

"சும்மா உட்கார்ந்து பேசற மாதிரி தெரியலையே... கூடவே தீர்த்தமும் இருக்கே...."

"ஹி... ஹி..." பின்னந்தலையைச் சொறிந்துக்கொண்டே இளித்தான் கனகராஜ்.

உள்ளேயிருந்து சிவப்ரகாஷுமும் வந்தார்.

"வாம்மா... திவ்யா..! உனக்கும் தூக்கம் வரலையா?"

"ஊஹூம்... உயிர் பிழைச்ச சந்தோஷத்துல எனக்கு தூக்கமே வரலை சித்தப்பா. அதான் உங்க கூட உட்கார்ந்து கொஞ்ச நேரம் பேசிட்டு போலாம்ன்னு வந்தேன்..."

"தாராளமா பேசலாமே... வாம்மா உட்கார்..."

திவ்யா. உட்கார்ந்து கொண்டே சொன்னாள். "சித்தப்பா அம்மா சில விஷயங்களை என்கிட்டே சொன்னா..?"

"என்ன..?"

"எஸ்டேட் நிர்வாகம் சரியில்லையாமே..?"

"நிர்வாகத்தைப் பத்தி உங்கம்மாவுக்கு என்ன தெரியும்..?"

"அம்மாவுக்கு ஒண்ணும் தெரியாதுதான்... ஒத்துக்கிறேன்... ஆனா அம்மா ஒரு சின்ன கணக்கு சொல்றாளே... அது நியாயமாத்தானே இருக்கு..?"

"கணக்கா... என்ன கணக்கு?"

"அப்பா உயிரோட இருந்த காலத்துல எஸ்டேட்ல வந்த வருஷ வருமானத்தைவிட மூணு மடங்கு கம்மி ஆயிருச்சாம்.

எல்லா பிசினஸிலேயும் வருஷா வருஷம் வருமானம் ஏறிட்டுப் போகும்... ஆனா நம்ம எஸ்டேட்ல மட்டும் குறைஞ்சிட்டே போகுதே என்ன காரணம்..?"

"அ...அது வந்து... டீ பிளான்டேஷன் சரியில்லை... ஏரியா க்ளைமேட் சரியில்லை... அடிக்கடி லேபர் பிராப்ளம்... வருது... டீ மார்க்கெட்ல ஏகப்பட்ட காம்படீஷன்.... அதுக்காக லாபத்தை குறைச்சுகிட்டு விக்க வேண்டியதா இருக்கு..."

"கொஞ்ச நேரத்துக்கு முன்னாடி நிர்வாகம் சரியா இருக்குன்னு சொன்னீங்க... இப்போ கேட்டா எதுவுமே சரியில்லைன்னு சொல்றீங்களே சித்தப்பா..."

"அ... அ... அது வந்து..."

"காரணத்தை நான் சொல்றேன்... உங்களாலே பிரச்னைகளை சமாளிக்க முடியலை... லேபர்ஸ் உங்களுக்குக் கட்டுப்பட மாட்டேங்கறாங்க... அப்படித்தானே..?"

"திவ்யா..."

"கவலைப்படாதீங்க சித்தப்பா... இனிமே எஸ்டேட் நிர்வாகத்தைப் பூராவும் நான் கவனிச்சுக்கப் போறேன். நீங்களும் கனகராஜூம் வெறுமனே எஸ்டேட்டுக்குப் போய் சூபர்வைஸ் பண்ணுங்க போதும்... அம்மாகிட்டே கலந்து பேசி உங்களுக்கு மாச சம்பளம் ஃபிக்ஸ் பண்றேன்..."

சிவப்ரகாசம் முகம் சிவந்தார்.

"திவ்யா நான் உன்னோட சித்தப்பா..."

"அந்த உறவுக்கு மதிப்பு குடுத்துதான் உங்களுக்கும், கனகராஜ் மாமாவுக்கும் சூபர்வைஸர் போஸ்ட் கொடுத்திருக்கேன்... வேலை பார்க்க உங்க ரெண்டு பேர்க்கும் இஷ்டமில்லேன்னா தாராளமா வீட்டை விட்டு வெளியே போயிடலாம்..."

கனகராஜ் குறுக்கிட்டான்.

"திவ்யா... நீ பேசறது... உனக்கே சரியாபடுதா..?"

“100 சதவீதம் சரியாப்படுது... மாமா..! கடந்த அஞ்சு வருஷத்துல எஸ்டேட் நிர்வாகத்தை நீங்க ரெண்டு பேரும் சேர்ந்து குட்டிச்சுவர் பண்ணியிருக்கீங்க... அம்மா சொல்ற ஒவ்வொண்ணையும் கேட்டா... வயிறெல்லாம் எரியுது... பகல்பூராவும் அலைஞ்சு... இந்த ஏரியாவில எந்தப் பொண்ணு நல்லா இருக்கான்னு பார்க்க வேண்டியது... ராத்திரிக்கு அவளை இங்கே கூட்டிட்டு வந்துட வேண்டியது..! என்ன பார்க்கறீங்க? அம்மாவுக்குத்தான் கண்ணில்லையே... எப்படி பார்த்திருப்பான்னு யோசிக்கறீங்களா..? அம்மாவுக்குத்தான் கண்ணில்லை... வேலைக்காரப் பொண்ணு சுதாவுக்குமா கண்ணில்லை..?”

சிவப்ரகாஷ் கையில் டம்ளரை வைத்து உள்ளங்கையால் உருட்டிக் கொண்டே – கீழே பார்த்தார். கண்களில் கோபம் கொப்பளித்தது.

திவ்யா எழுந்தாள்.

“நான் வர்றேன்... ஸ்காட்ச்சை பூராவும் குடிச்சு முடிச்சுட்டு - ராத்திரி பூராவும் ரெண்டு பேரும் யோசியுங்க...”

எழுந்து போகிற திவ்யாவையே வெறித்துப் பார்த்தார்கள் கனகராஜும், சிவப்ரகாஷும். முகங்களில் 110° கோப அனல் ஆக்ரோஷமாய் அடித்தது.

15

இந்த மாதத்தில் இருபது நாட்கள் கழன்று ஓடியிருந்தது. வியாழக்கிழமையின் மத்தியான நேரம்.

திவ்யா - எஸ்டேட் கார்டனின் மையத்தில் நின்று கொண்டு - மேற்பார்வையிட ஆண்களும் பெண்களும் பரவலாய் தோட்ட வேலையில் ஈடுபட்டிருந்தார்கள்.

"வணக்கம் முதலாளி அம்மா..."

குரல் கேட்டு திரும்பினாள் திவ்யா.

கண்களில் கூலிங்கிளாஸோடு மிக அருகில் - கணேஷ்.

திவ்யா மலர்ந்தாள். "வாங்க... கணேஷ்... உங்கம்மா ஊர்ல இல்லையா?"

"அட... உனக்கெப்படி தெரிஞ்சுது..?"

"இல்லேன்னா... நீங்க இங்கே வந்திருக்கமாட்டீங்களே..?"

"என்ன செய்யறது... அம்மாவுக்குப் பயந்து பயந்தே வளர்ந்துட்டேன்... அம்மா கம்பத்துல ஒரு மேரேஜ் ரிசப்ஷனுக்கு போயிருக்கா... திரும்பி வர சாயந்தரம் ஏழு மணி ஆயிடும்..."

"அதான் தைரியமா வந்திட்டீங்களாக்கும்..."

"அந்த ரெஸ்ட் ஹவுஸுக்குப் போய் கொஞ்ச நேரம் உட்கார்ந்து பேசலாமா..?"

"பேசலாமே... வாங்க..."

இருவரும்... சரிவுக்கு கீழே தெரிந்த ரெஸ்ட் ஹவுஸை நோக்கிப் போனார்கள். தேயிலைச் செடிகளின் மேல் பட்டு வந்த காற்று - முகங்களில் குளர்ச்சியாய் வந்து அப்பியது.

"நான் கேள்விப்பட்ட விஷயம் நிஜமா... திவ்யா..?"

"என்ன கேள்விப்பட்டீங்க..?"

"சிவப்பிரகாஷத்தையும், கனகராஜையும் பதவி இறக்கம் பண்ணிட்டியாமே...?"

"வேற வழி..?"

"பாவம். இவ்வளவு வருஷமா... ஒரு அரசியல்வாதியைக் காட்டிலும் சுரண்டி - பணம் சேர்த்துட்டிருந்தாங்க... நீ ஃபாரின்லிருந்து வந்து குதிச்சதும்... பொழப்பு கெட்டு போச்சு..."

திவ்யா சிரித்தாள்.

"மாரலி... அவங்க... ரெண்டு பேரும் ரொம்பவும் மோசம் கணேஷ். ஒவ்வொரு லேபரும் அவங்களைப் பத்தி கதை கதையா சொல்றாங்க..."

"இப்போ அவங்க எங்கே..?"

"ஏலக்காய் எஸ்டேட்ல ட்யூட்டி..."

"பாவம்... அங்கே பொம்பளைகளே இருக்கமாட்டாங்களே..."

ரெஸ்ட் ஹவுஸை நெருங்கி - உள்ளே போய் உட்கார்ந்தார்கள். சுவரில் மாட்டியிருந்த பிளாஸ்கிலிருந்து காப்பியை - இரண்டு டம்ளர்களுக்கு வார்த்தாள் திவ்யா.

"திவ்யா..."

"ம்..."

"உன்னை வார்ன் பண்ணிட்டு போலாம்ன்னுதான் வந்தேன்... இனி நீ ரொம்ப ஜாக்கிரதையா இருக்கணும்..."

"இனிமே... என்னை எவனும் ஒண்ணும் பண்ண முடியாது... கணேஷ்! நான் ரொம்ப ரொம்ப ஜாக்கிரதையா இருக்கேன்..." என்றவள் இடுப்பின் புடவைக்கட்டு மறைவிலிருந்து - அந்த சின்னஞ் சிறு பிஸ்டலை எடுத்தாள். "அதுல தோட்டா இருக்கிறதா நினைச்சுடாதீங்க... கணேஷ். உள்ளே ஒரு வகை ஆசிட் இருக்கு... ட்ரிக்கரை சுண்டினா... நாலு துளி ஆசிட் சிதறும். ஒவ்வொரு துளி ஆசிட்டும் ஒவ்வொரு தோட்டாவுக்கு சமம். ஆசிட் துளி பட்ட இடம் ஒரு அங்குல ஆழத்துக்கு பொத்தலாயிடும். எதிராளி தாங்க முடியாத வலியில் - அதே ஸ்பாட்ல மயக்கமாயிடுவான்..."

"வெரி குட். ரொம்பவும் முன்னேற்பாடோடுதான் இருக்கே..?"

"இனிமே... நான் ஏமாறத் தயாராயில்லை. காபி சாப்பிடுங்க..! ஆறிப் போயிடும்..."

காப்பி டம்ளரை எடுத்துக் கொண்டான் கணேஷ்.

"திவ்யா..."

"ம்..."

"இந்த துப்பாக்கியை விட பாதுகாப்பான ஆயுதம் ஒண்ணு இருக்கு... அதை நீ வெச்சுகிட்டா என்ன?"

"என்ன ஆயுதம்..?"

"கணவன்ங்கிற ஆயுதம்...."

"யூ மீன் கல்யாணம் பண்ணிக்கச் சொல்றீங்க..?"

"ஆமா..."

"கல்யாணத்துக்கு இப்ப ஒண்ணும் அவசரமில்லை கணேஷ்... எஸ்டேட்டை பழையபடி நல்லா மேல கொண்டு வரணும்... இதுதான் என்னோட குறிக்கோள்... அதுவுமில்லாமே எனக்கு கணவரா வரப் போறவர் எனக்கு பாதுகாப்பா இருக்க மாட்டார் போல. நான்தான் அவர்க்கு பாதுகாப்பா இருக்கணும்... அவ்வளவு கோழை..."

"கோழைத்தனமெல்லாம்... எங்க அம்மாகிட்டதான்... எவனாவது உன்கிட்டே வாலாட்டினா அவ்வளவுதான்... ரெண்டு துண்டா வெட்டி தேயிலைத் தோட்டத்துக்கு உரமா போட்டுடுவேன்..."

"ஆஹா... உங்க வீர வசனத்தைக் கேட்டு - என்னோட உடம்பே புல்லரிச்சு போச்சு கணேஷ்... உங்கம்மா என்ன சொன்னாலும் நீங்க என்னைத்தான் கல்யாணம் பண்ணிக்குவீங்களா?"

"பின்னே..?"

"நான் உயிர் தப்பி வந்ததைப் பத்தி உங்கம்மா என்ன சொன்னாங்க..?"

"வேண்டாம்..."

"ஏன்..."

"எங்கம்மா சொன்னதை சொன்னா... நீ எங்கம்மா மேல வெச்சிருக்கிற கொஞ்ச நஞ்ச பிரியமும் போயிடும்..."

"பரவாயில்ல... சொல்லுங்க..."

"வேண்டாம் திவ்யா... உன்னோட மனசு கஷ்டப்படும்..."

"நான் வெளிநாட்டுல படிச்சுட்டு வந்தவ... எந்த கமெண்ட்ஸும் என்னை ஒண்ணும் பண்ணாது... தாராளமாச் சொல்லுங்க..."

கணேஷ் தயங்கிவிட்டு சொன்னான்.

"நீ ரெண்டு நாள் பம்பாய்ல ஏதோ ஒரு வீட்ல இருந்ததா சொன்னியே..?"

"ஆமா..."

"அந்த வீட்ல இருந்தப்போ... நீ கறைபட்டிருப்பேன்னு சொன்னாங்க... ஆம்பிளைங்க இருந்த இடம்... தொடாமே இருந்திருப்பாங்களான்னு அம்மா கேட்டா..."

"நீங்க என்ன சொன்னீங்க..?"

"நான் என்ன சொல்லியிருப்பேன்னு நீ நினைக்கிறே திவ்யா..?"

"எனக்கு ஒண்ணும் தோணலை..."

"நான் எங்கம்மாவுக்கு சொன்ன பதில் ரொம்பவும் ஹார்ஷான பதில்..."

"என்னதான் சொன்னீங்க..?"

"'அம்மா! அப்பா இறந்து பல வருஷமாச்சு... உங்க மேலே நான் வெச்சிட்டிருக்கிற நம்பிக்கையை விட திவ்யா மேலே வெச்சிட்டிருக்கிற நம்பிக்கைக்கு பரப்பளவு அதிகம். அப்பிடியே திவ்யா கறைபட்டிருந்தாலும் – அது பலவந்தமாத்தான் நடந்திருக்கும். அவளுக்கு என்ன நடந்திருந்தாலும் நான் அவளை அப்பிடியே ஏத்துக்கப் போறேன். கறை உடம்புல இருக்கலாம். மனசுலதான் இருக்கக்கூடாது'னு சொன்னேன்."

"கணேஷ்!"

கண்களில் நீரோடு – பாய்ந்து அவனைக் கட்டிப்பிடித்துக் கொண்டாள் திவ்யா.

16

சாயந்தரம் ஆறு மணி.

குமுளி வேகவேகமாய் இருட்டிக் கொண்டு வந்தது. போலீஸ்காரனுக்கு பயந்து பிளாட்பாரக் கடைக்காரன் ஓடுகிற அவசரத்தோடு வெளிச்சம் மறைந்து கொண்டிருந்தது.

ரெஸ்ட் ஹவுஸை விட்டு வெளியே வந்தார்கள் கணேஷும், திவ்யாவும். குளிர் காற்றில் உள்ளங்கைகளைத் தேய்த்துக் கொண்டார்கள்.

“மணி ஆறுதான் ஆச்சு... அதுக்குள்ளே இவ்வளவு இருட்டா?”

“மேகமூட்டம் இன்னிக்கு ரொம்பவும் அதிகம்... அதான் இன்னிக்கு இவ்வளவு இருட்டு... ஆனா வெதர் பிரமாதமா இருக்கு...”

“ஆமா... திவ்யா... நீ எதுல வந்திருக்கே... காரா..?”

“காரா..? கார் ஏது... அதான் அதள பாதாளத்துக்கு போயிடுச்சே..! இருக்கிற பழைய மாடல் ஆஸ்டின் காரை சித்தப்பா எடுத்துக்கிட்டு போயிட்டார். நான் ஸ்கூட்டர்லதான் வந்தேன்...”

“ஸ்கூட்டரை இங்கேயே விட்டுடேன்... நம்ம கார்ல போயிடலாம்...”

“ஸ்கூட்டரை இங்கேயே விட்டுட்டா... நாளைக்கு நான் எஸ்டேட்டுக்கு எப்படி வர்றதாம்... நீங்க உங்கம்மாவுக்கு பயந்துட்டு வீட்டிலேயே உட்கார்ந்துக்குவீங்க...”

"சமயம் கிடைச்சாப் போதும் காலை வாரிடுவியே..."

இருவரும் சிரித்துக் கொண்டே சரிவு மேட்டின் மேல் ஏறினார்கள். வேலையாட்கள் அனைவரும் போய்விட்டிருக்க - அந்த தேயிலை எஸ்டேட் பூராவும் சூன்யமாய் வெறித்தது.

பனி சில்லென்று பெய்ய ஆரம்பித்தது.

கார்டனுக்கு நடுவே - தெரிந்த ஒற்றையடிப் பாதையில் இருவரும் மேல் மூச்சு கீழ் மூச்சு வாங்கிக் கொண்டு நடந்தார்கள்.

"அத்தைக்கு இப்போ உடம்பு எப்படியிருக்கு திவ்யா?"

"அம்மாவுக்குத்தானே..? இந்த பத்து நாளா உற்சாகமா இருக்கா... டாக்டர் தந்த மருந்துகளை ஒழுங்கா சாப்பிட்டு... தெம்பா இருக்கா... கையையும் காலையும் லேசா அசைச்சு தினமும் எக்சர்சைஸ் மாதிரி பண்ணி..."

முன்னால் போய்க் கொண்டே - பின்னால் வந்து கொண்டிருந்த கணேஷுக்கு சொல்ல - "ர்ர்ர்ரப்" என்ற சத்தம் பின்னாலிருந்து வந்தது.

சட்டென்று திரும்பிப் பார்த்தாள் திவ்யா.

பின்னந்தலையைப் பிடித்துக் கொண்டு - அப்படியே மடங்கி சாய்ந்து உட்கார்ந்து முடியாமல் கடகடவென்று கீழே உருண்டுக் கொண்டு போனான் கணேஷ்.

"கணேஷ்...!!!"

வீறிட்டுக் கொண்டே சரிவில் இறங்க முயன்ற திவ்யாவின் பின்மண்டையில் - ஓர் அடி ஒன்று இடி போல் இறங்கியது. தெறிக்கும் வலியை பற்களால் மென்று விழுங்கிக் கொண்டே - சிரமமாய் திரும்பிப் பார்த்தாள்.

கையில் நீளமான இரும்புக் கழிகளோடு -

மசமசப்பாய் தெரிந்தார்கள் சிவப்ரகாஷும், கனகராஜும்.

"ஏண்டி... எங்களுக்கா டபிரமோஷன் தர்றே... உனக்கு கபால மோட்சமே தர்றோம்... செத்தொழி..!" கனகராஜ்

இரும்புக் கழியை உயர்த்தி 'ஷஷ் ஷ்க்க்க்' என்ற சத்தத்துடன் - திவ்யாவின் நடு மண்டைக்கு 'நச்' என்று இறக்கினான்.

திவ்யா ஒரு முறை துள்ளி துவண்டாள். முழந்தாளிட்டு மடங்கி - தலையில் குபுகுபுவென்ற ரத்தம் காட்டி சரிந்தாள்.

"கனகு... அவளை அள்ளி தோள்ல தூக்கி போட்டுகிட்டு வா..."

"கணேஷ்..?"

"அவன் இந்நேரம் பரலோகம் போயிருப்பான். சீக்கிரமா வா... அரை மணி நேரத்துல இவளை டிஸ்போஸ் பண்ணிட்டு - நாம எஸ்டேட்டுக்கு போகணும்..."

கனகு திவ்யாவை அள்ளி - தோளில் போட்டுக் கொண்டான். "அம்மாடி என்னமா கனக்கறா..?" – என்றான்.

இருவரும் வேக வேகமாய் நடந்து ரோட்டுக்கு வந்தார்கள். நின்றிருந்த காரின் பின்சீட்டுக் கதவைத் திறந்து - அவளை உள்ளே கிடத்தினார்கள்.

17

தாறுமாறாய் உருண்டு –

சரிவின் அடிவாரத்துக்கு வந்து மல்லாந்து விழுந்தான் கணேஷ்.

பின்னந்தலையில் நெருப்புப் பற்றிக் கொண்ட மாதிரி வலி.

கண்களை பிரயாசைப்பட்டு திறந்து - பார்க்க முயன்றான். இருட்டு தேயிலை தோட்டம் கண்ணில் மசமசப்பாய் அடித்தது.

'யார் அவர்கள்?'

'என்னைத் தாக்கியவர்கள் யார்?'

'திவ்யாவை என்ன செய்தார்கள்?' - திவ்யாவின் ஞாபகம் வந்ததுமே - வேகமாய் எழ முயன்றான் கணேஷ். முடியாமல் அப்படியே குப்புற விழுந்தான். தலையினின்றும் பீறிட்ட ரத்தம் - கழுத்திலும் முதுகிலும் வெதுவெதுப்பாய் இறங்கிக் கொண்டி ருந்தது.

தவழ்ந்து - கொஞ்சம் கொஞ்சமாய் – சரிவில் - ஏற முயன்றான் கணேஷ்.

'திவ்யா' என்று கூப்பிட முயன்று தோற்றான்.

ரத்தம் வெளியேறிக் கொண்டிருந்ததில் – தலை கிறுகிறுவென்று சுற்றியது. பத்தடி உயரம் தவழ்ந்து ஏறியதில் மூச்சு சிரமமாய் வாங்கியது.

தொண்டை உலர்ந்து போய் மரண தாகம்.

"தி... வ்... யா..."

குரல் தொண்டைக்குள்ளேயே சுழன்றது.

சரிவில் கொஞ்சம்... கொஞ்சமாய் - தவழ்ந்து ஏறிக் கொண்டிருந்த கணேஷ் - பனி ஈரத்தின் காரணமாய் சரேலென்று வழுக்கி -

கண்ணிமைக்கும் நேரத்தில் - மறுபடியும் -

சரிவின் அடிவாரத்துக்கு வந்து -

நீளமான ஒரு மயக்கத்திற்குப் போனான்.

18

ஆஸ்டின் கார் இருட்டான மரங்கள் சூழ்ந்த அந்தப் பகுதிக்கு வந்ததும் - நின்றது. சிவப்ரகாஷும், கனகராஜும் இறங்கினார்கள். பக்கத்தில் சுருளியாற்றுக்கு போகும் ஏதோ ஒரு அருவி 'சோ'வென்று கொட்டிக் கொண்டிருந்தது.

"கனகு..."

"ம்..."

"நம்ம திட்டத்துல ஒரு சின்ன மாற்றம்..."

"என்ன..?"

"திட்டப்படி திவ்யாவை பெட்ரோல் ஊத்தி எரிக்கிறதா இருந்தோம்... அது வேண்டாம்..."

"பின்னே..."

"இந்த ஏரியா ரொம்பவும் ரிமோட்... யாரும் வரமாட்டாங்க. இந்த மரங்களுக்கு மத்தியில ஆழமா ஒரு குழி தோண்டி திவ்யாவுக்கு மங்களம் பாடிடலாம்."

"மொதல்ல ப்ளான் பண்ண மாதிரி அவளை எரிச்சுட்டா என்ன..?"

"வேண்டாம்... வெளிச்சம் தெரிஞ்சு... எவனாவது வந்தாலும் வந்துடுவான்..."

"அப்போ புதைக்கறதுதான் ஒரே வழி."

"ம்..."

"பின்னாடி ஏதும் சிக்கல் வராதே..?"

"ஒரு சிக்கலும் வராது... நீ குழியைத் தோண்டு..." சிவப்ரகாஷ் சொன்னதும் - கனகராஜ் இரும்புக் கழியை - எடுத்துக்கொண்டு - ஒரு தோதான இடத்தைப் பார்த்து தோண்ட ஆரம்பித்தான்.

மண் சுலபமாய் கீழே போயிற்று.

சிவப்ரகாஷ் குனிந்து - மல்லாந்து படுத்திருந்த திவ்யாவைப் பார்த்தார். அவள் மூச்சடங்கி போயிருப்பது பார்த்த உடனே தெரிந்தது. தலையில் விழுந்த ரத்தம் கழுத்து பாகம் பூராவும் சொத சொதவென்று இருந்தது.

"பொட்டக்களுதே! எங்ககிட்டயா நீ ஆட்டம் காட்டறே..."

கனகராஜ் 'சத் சத்' என்று குழி தோண்டிக் கொண்டிருந்தான். "கனகு குழியைக் கொஞ்சம் ஆழமாவே தோண்டு..."

"நீங்களும் வந்து இந்த மண்ணை கொஞ்சம் தள்ளுங்க மச்சான்... நான் ஒருத்தனே எப்படி குழியைத் தோண்டறதாம்..."

"வர்றேன்..."

கனகுவின் முகம் பூராவும் வியர்வையில் இருந்தது. இரும்புக் கழியால் மண்ணை கொத்தி கொத்தி விட - சிவப்ரகாஷ் இரண்டு கைகளாலும் - மணலை அள்ளி அள்ளி பக்கவாட்டில் குவித்தார்.

பதினைந்தே நிமிடம்.

குழி ஒன்று நீளமாய் வாயைப் பிளந்து காட்டியது.

பெருமூச்சுகளோடு இருவரும் – திவ்யாவின் உடலருகே வந்தார்கள். கனகு தலைமாட்டிலும் - சிவப்ரகாஷ் கால்மாட்டிலும் பிடித்து சிரமமாய் தூக்கினார்கள்.

குழியை நோக்கி நடந்தார்கள்.

"சொத்..."

"கனகு... என்ன விழுந்ததுன்னு பாரு..."

கனகு இருட்டில் உன்னிப்பாய் பார்த்தான்.

"மச்சான்... ஏதோ பிஸ்டல் மாதிரி தெரியுது..."

"பிஸ்டலா..?" திவ்யாவை கீழே விட்டுவிட்டு அந்த பிஸ்டலை எடுத்து சிகரெட் லைட்டர் வெளிச்சத்தில் பார்த்தார் சிவப்ரகாஷ்.

"இது தோட்டா பிஸ்டல் இல்லை, கனகு..?"

"பின்னே..?"

"ஆசிட் இன்ஜெக்டர்."

"அப்படீன்னா..?"

"உள்ளே மோசமான அமிலம் இருக்கும்... ட்ரிக்கரை சுண்டினா அமிலம் சொட்டு சொட்டா தெறிக்கும். ஆள் மேல பட்டா... பட்ட இடத்துல சதையை அரிச்சு... எலும்பைக் காட்டிடும்... பொண்ணுங்க தற்காப்புக்காக வெச்சுக்கிற பிஸ்டல்..."

"கேள்விப்பட்டதேயில்லையே... புதுசால்ல இருக்கு..."

"இப்ப பாரு... கனகு... திவ்யாவோட மூஞ்சியைப் பார்த்து ட்ரிக்கரை சுண்டறேன்... மூஞ்சி என்னாகுதுன்னு பாரு..."

கனகு ஆவலாய் பார்க்க -

சிவப்ரகாஷ் பிஸ்டலின் ட்ரிக்கரை சுண்டினார்.

அடுத்த விநாடி -

மழைத்துளிகள் மாதிரி நான்கு துளிகள் திவ்யாவின் - முகத்தின் மேல் விழுந்தது. சிகார் லைட்டர் வெளிச்சத்தில் பார்த்துக் கொண்டிருக்கும்போதே - அமிலம் பட்ட திவ்யாவின் முகம் ரத்தமும் சதையுமாய் பொசுங்க ஆரம்பித்தது.

உதட்டுச் சதை கரைந்து - பல் வரிசை காதுவரைக்கும் பயங்கரமாய் விரிந்தது. மூக்கு உருகி - ஒரு கறுப்புக் குழியாய் மாறியது.

“என்ன பயங்கரம்..?”

இரண்டு பேரும் அதிர்ச்சியில் உறைந்து போயிருந்தார்கள்.

திவ்யாவின் முகத்தில் இப்போது கன்ன எலும்புகள் மட்டுமே தெரிந்தது. ஒரு கண் அமிலத்தில் கரைந்து போயிருக்க - இன்னொரு கண் மட்டும் சேதத்திற்கு தப்பி - திறந்தபடி வெறித்தது.

“கனகு...”

“ம்...”

“இந்த பிஸ்டலை பத்திரப்படுத்தி வை. நமக்கு ஏதாவது ஒரு சந்தர்ப்பத்துல உதவும்...” சிவப்ரகாஷ் சொல்ல - கனகு பிஸ்டலை வாங்கி பத்திரப்படுத்திக் கொண்டான்.

திவ்யாவை மறுபடியும் தூக்கினார்கள்.

குழிக்குள் கொண்டு வந்து ‘தொம்’ என்று போட்டார்கள். கால்களால் மண்ணைத் தள்ளி பரபரவென்று குழியை மூடினார்கள்.

மணல் மூடி தரை சமபரப்புக்கு வந்ததும் - அருகேயிருந்த சுனை நீரில் கைகால்களை கழுவிக் கொண்டு காரை நோக்கிப் போனார்கள்.

பத்தடி நடந்திருப்பார்கள்.

கனகு சட்டென்று நின்றான்.

“என்ன கனகு நின்னுட்டே..?”

கனகு உதட்டின் மேல் கையை வைத்து “உஷ்” என்று சொல்லிவிட்டு காதுக்கு உன்னிப்பைக் கொடுத்து எதையோ கவனிக்க ஆரம்பித்தான்.

“என்ன கனகு... என்ன விஷயம்..?”

“ஏதோ சத்தம் கேட்டுச்சு...”

“என்ன சத்தம்?”

"யாரோ நடக்கிற சத்தம்..."

"யாரோ நடக்கிற சத்தமா..?" சிவப்ரகாஷ் திகிலோடு கேட்டுக் கொண்டிருக்கும்போதே அந்த சத்தம் கேட்டது.

"சர்ரக்... சர்ரக்..."

"கனகு... அந்த பிஸ்டலை எடு... நம்மள யாரோ ஃபாலோ பண்ணிட்டு வந்திருக்காங்க..."

கனகு பிஸ்டலை எடுத்துக் கொடுத்தான்.

இரண்டு பேரும் - திரும்பி மறுபடியும் - திவ்யாவை புதைத்த இடத்துக்கு வந்தார்கள். கண்களை மட்டும் சுழற்றி நாலா பக்கமும் பார்த்தார்கள்.

அந்த சத்தம் இப்போது நின்று போயிருந்தது.

"என்ன கனகு... அந்த சத்தம் கேட்டது நிஜந்தானே..?"

"ஆமா..."

"பிரமையில்லையே..?"

"வாய்ப்பே இல்லை."

"இப்போ... அந்த சத்தத்தை காணோமே..?"

"மச்சான்... இங்கே நின்னுட்டிருக்கிறதுல ஒரு பிரயோஜனமும் இல்லை... நாம திரும்பவும் எஸ்டேட்டுக்கு போய் - அலிபியை உண்டாக்கணும்..."

"வா... போலாம்..."

காரை நோக்கி நகர்ந்த விநாடி -

மரங்களடர்ந்த கிழக்கு பகுதியிலிருந்து அந்த சத்தம் கேட்டது.

"சர்ர்ரக்... சர்ர்ரக்..."

யாரோ சருகுகளை மிதித்துக் கொண்டு ஓடும் சத்தம்.

19

கணேஷுக்கு மறுபடியும் நினைவு வந்தபோது –

வானம் பூராவும் நட்சத்திரங்கள் கொள்ளை மலிவாய் பூத்திருந்தது. காற்றின் முதுகில் ஐஸ் உட்கார்ந்திருந்தது.

கைகளை ஊன்றிக் கொண்டு மெல்ல எழுந்து உட்கார்ந்து சுற்றும் முற்றும் பார்த்தான் கணேஷ்.

தலையின் பின்பக்கம் சுள்ளென்று வலி தெறித்தது.

நடந்த சம்பவங்கள் சிரமமாய் ஞாபகத்திற்கு வர – பதட்டமாய் தட்டுத் தடுமாறிக் கொண்டு எழுந்தான். மணிக்கட்டில் மின்னிய ரேடியம் ஒளிரும் கைக்கடிகாரத்தைப் பார்த்தான்.

மணி 7.30.

'திவ்யாவுக்கு என்ன ஆயிற்றோ... தெரியவில்லையே..?'

மலைச்சரிவில் ஏற ஆரம்பித்தான்.

பத்து நிமிஷ சிரமமான ஏறல்.

ரோட்டின் ஓரத்தில் அவனுடைய கார் – பனியில் நனைந்தபடி நின்றிருந்தது. கதவைத் திறந்து கொண்டு உள்ளே போனான்.

காரை உசுப்பிக் கொண்டு – நகர்ந்தபோது – தலையின் பின்பக்கம் ரத்தம் கட்டிப் போய் – 'விண் விண்' என்று வலித்தது.

காரின் ஸ்டீயரிங்கை நிதானமாய் கையாண்டு – வளைவுகளில் பிரயாசைப்பட்டு திருப்பி – குமுளியைத்

தொட்டான். பளபளப்பான கடை வீதியின் வழியே - பிரயாணப்பட்டு - ரோட்டின் கோடியில் இருந்த போலீஸ் ஸ்டேஷன் வாசலைத் தொட்டான்.

காரை நிறுத்திவிட்டு -

வலிக்கிற பின்னந்தலையை - இடது கையால் பொத்திக் கொண்டே ஸ்டேஷன் வாசற்படி ஏறினான். பார்வை உள்ளே போயிற்று.

இன்ஸ்பெக்டர்க்கு எதிரேயிருந்த நாற்காலிகளில் சிவப்ரகாஷும், கனகராஜும் உட்கார்ந்து, "திவ்யாவை காணலை.... ஸார்" என்று சொல்லிக் கொண்டிருந்தார்கள்.

20

பனி எக்கச்சக்கமாய் உதிர்ந்து கொண்டிருந்த - அந்த ராத்திரி பத்துமணி வேளையில் போலீஸ் ஜீப் எஸ்டேட் அருகே நின்றது.

இன்ஸ்பெக்டர் மார்ட்டின் கீழே இறங்கினார். தொடர்ந்து இரண்டு கான்ஸ்டபிள்கள். கணேஷ், சிவப்ரகாஷ், கனகராஜ் - இறங்கினார்கள்.

எல்லோரும் எஸ்டேட்டின் நுழைவு வாசலுக்குள் பிரவேசித்தார்கள். உள்ளே இருந்த ஒரு ஆஸ்பெஸ்டாஸ் கூரைக்கு கீழே – ஸ்கூட்டர் ஒன்று நின்றிருந்தது.

"அது யாரோட ஸ்கூட்டர்..?" மார்ட்டின் கேட்டார்.

"திவ்யா உபயோகப்படுத்தின ஸ்கூட்டர் இன்ஸ்பெக்டர்..." கனகராஜ் குறுக்கிட்டு மெல்லிய குரலில் சொன்னான்.

தலையில் பாண்டேஜ் கட்டோடு பரக்க பரக்க பார்த்துக் கொண்டிருந்த கணேஷ் பக்கமாய் திரும்பினார் மார்ட்டின்.

"மிஸ்டர் கணேஷ்"

"ஸார்..."

"உங்களை எந்த இடத்துல தாக்கினாங்கன்னு சொல்ல முடியுமா..?

"வாங்க இன்ஸ்பெக்டர்... காட்றேன்..."

எல்லார்க்கும் முன்னதாக – கான்ஸ்டபிள் ஒருவர் டார்ச் லைட்டோடு தேயிலைத் தோட்டத்திற்கு நடுவே நடந்து போக எல்லோரும் பின் தொடர்ந்தார்கள்.

சுற்றிலும் குளிரோடு கூடிய இருட்டு.

பள்ளத்தாக்கின் சில பகுதிகளில் மட்டும் – மின் விளக்குகள் வெளிச்சப் பொட்டுக்களாய் தெரிந்தது.

"இந்த இடம்தான் இன்ஸ்பெக்டர்..."

கணேஷ் நின்று சொன்னான்.

மார்ட்டின் சுற்றும் முற்றும் பார்த்தார்.

"எதிரிகள் மறைஞ்சு நின்னு தாக்க – இந்த இடம் வசதியாத்தான் இருந்திருக்கு..." கான்ஸ்டபிள் வெளிச்சத்தை – அப்படியும் இப்படியுமாய் வீசிப் பார்த்தார்.

"கணேஷ் உங்களைத் தாக்கினவங்க - திவ்யாவையும் தாக்கினாங்களா?"

"நான் பார்க்கலை ஸார்... என் பின்னந்தலையில அடிபட்டதும் அப்படியே பொறி கலங்கிப் போயிட்டேன். எப்படி கீழே விழுந்து - சரிவில உருண்டுட்டு போனேன்னு எனக்கே தெரியலை... கண் விழிச்சுப் பார்க்கும்போது ஒரே இருட்டாயிருந்தது. திவ்யா என்ன ஆனான்னு எனக்குத் தெரியலை..."

மார்ட்டின் நெற்றியைத் தேய்த்துக் கொண்டே சொன்னார். "இது அந்த பாம்பே கும்பலோட வேலையாத்தான் இருக்கணும்... அவங்க அனுப்பின திவ்யா, கார் ஆக்ஸிடெண்ட்ல செத்து போனது அவங்களுக்கு அதிர்ச்சியா இருந்திருக்கலாம். அவங்க பிடியிலிருந்து தப்பிச்சுட்டு வந்த உண்மையான திவ்யாவை மறுபடியும் அவங்க இடத்துக்கே கொண்டு போக - முயற்சி பண்ணியிருக்காங்க... டோண்ட் வொர்ரி மிஸ்டர் கணேஷ்... திவ்யாவை கடத்தினவங்க யாராயிருந்தாலும் சரி - மதுரை எல்லையை தாண்டறதுக்கு முன்னாடியே மடக்கிடுவோம்..."

சிவப்ரகாஷ் வேண்டுமென்றே குரல் தழுதழுத்தார். "இன்ஸ்பெக்டர்! திவ்யாவோட உயிர்க்கு ஏதாவது

ஆபத்துன்னா... அதை அவ அம்மாவால தாங்கிக்க முடியாது.”

“நோ... நோ... திவ்யாவோட உயிர்க்கு எந்த ஆபத்தும் வந்திருக்காது. அவங்க உயிர்க்கு ஆபத்தை உண்டாக்கணும்ன்னு வந்தவங்க நினைச்சிருந்தா... இதே இடத்துல திவ்யாவை முடிச்சுட்டு போயிருக்கலாம்...”

சிவப்ரகாஷும், கனகராஜும் இன்ஸ்பெக்டரின் பேச்சைக் கேட்டு கண்களால் புன்னகைத்துக் கொண்டார்கள். போலீஸ் கான்ஸ்டபிள் சிறிது நேரம் தடயங்களைத் தேடிவிட்டு உதட்டை பிதுக்கி வர டார்ச்லைட் வெளிச்ச உதவியால் - மறுபடியும் எல்லோரும் - ரோட்டில் நின்றிருந்த ஜீப்புக்கு வந்தார்கள்.

ஜீப் புறப்பட்டது.

மார்ட்டின் கேட்டார்.

“இந்தச் சம்பவம் நடந்தப்ப சரியா ஆறு மணியா கணேஷ்?”

“ஆமா ஸார்...”

“எஸ்டேட்ல அப்போ யாருமில்லை..?”

“இல்லை...”

“மிஸ்டர் சிவப்ரகாஷ்..!”

“என்ன இன்ஸ்பெக்டர்..?”

“நீங்க ஏலக்காய் எஸ்டேட்ல எத்தனை மணி வரைக்கு இருந்தீங்க..?”

“ஏழு மணி வரைக்கும்...”

“திவ்யா வீட்டுக்கு வரலைன்னு உங்களுக்கு போன் பண்ணினது யாரு?”

“வேலைக்காரப் பொண்ணு சுதா....”

“திவ்யாவை நீங்க கடைசியா எத்தனை மணிக்கு பார்த்தீங்க?”

"மத்தியானம் லஞ்சுக்கு வந்தப்ப பார்த்தேன்..."

"கனகராஜ் நீங்க..?"

"நானும் அப்பதான் பார்த்தேன்... இன்ஸ்பெக்டர்..."

"எல்லாரும் நல்லா யோசிச்சு சொல்லுங்க.... இன்னிக்கு காலையிலிருந்து – பங்களாவுக்கு உள்ளேயோ... வெளியேயோ... சந்தேகப்படும்படியா வெளி ஆட்கள் யாரையாவது பார்த்தீங்களா..?"

இன்ஸ்பெக்டர் மார்ட்டின் இந்தக் கேள்வியைக் கேட்டதும் - ஓடுகிற ஜீப்பில் அரை நிமிஷ நேரம் நிசப்தம்.

சிவப்ரகாஷ் வாயைத் திறந்தார். கூடிய வரைக்கும் குட்டையைக் குழப்பி வைக்கலாம் என்கிற எண்ணத்தில் சொன்னார்.

"இன்ஸ்பெக்டர்... நீங்க சொன்னதும்தான் எனக்கு ஞாபகம் வருது... இன்னிக்கு காலைல ஆறு மணிக்கு நான் வாக்கிங் போக வெளியிலே வந்தப்ப - யாரோ ரெண்டு பேர் கேட் வாசல்ல நின்னுட்டிருந்தாங்க... நான் யார் வேணும்னு கேட்டேன்... அதுக்கு அவங்க... 'நாங்க வெளியூர் ஆளுங்க... வேலை தேடி வந்தோம்'ன்னு சொல்லிகிட்டே நழுவிட்டாங்க..."

"வந்தவங்க... எப்படியிருந்தாங்க..?"

"பஞ்சரை பஞ்சரையா வேஷ்டி சட்டை, பரட்டைத்தலை... ரெண்டு பேர் தோளிலேயும் பை..."

கனகராஜ் தனக்கு வந்த சிரிப்பை - அடக்கிக் கொள்வதற்காக - தன் சட்டைப் பையில் இருந்த கர்ச்சீப்பை எடுத்து - வியர்வையை துடைப்பது போல் - வாயை மூடிக் கொண்டான்.

ஜீப் பங்களாவுக்குள் நுழைந்தது.

போர்டிகோ வெளிச்சம் மட்டும் கண்ணில்பட - பங்களாவின் மற்ற பகுதிகள் இருட்டில் இருந்தது.

ஜீப்பினின்றும் இறங்கிய சிவப்ரகாஷ், மார்ட்டினிடம் சொன்னார். “இன்ஸ்பெக்டர்... நீங்க உள்ளே வந்து என்னோட அண்ணிக்கு தைரியம் சொல்லிட்டு போகணும்... விடியறதுக்குள்ளே திவ்யா வந்துடுவான்னு ஒரு வார்த்தை சொன்னீங்கன்னா... அண்ணி மனசு சமாதானமாயிடும்...”

இன்ஸ்பெக்டர் கீழே இறங்கினார்.

பங்களா ஹாலுக்குள் எல்லோரும் கும்பலாய் நுழைந்து - மாடிப்படிகளில் ஏறினார்கள். ஒவ்வொரு ஸ்விட்ச்சாய் தட்டிக் கொண்டே முன்னால் போனான் கனகராஜ். சிவப்ரகாஷ் இன்ஸ்பெக்டர்க்கு இணையாக நடந்து கொண்டே சொன்னார்.

“இன்ஸ்பெக்டர்... நீங்க மட்டும்... விடியறதுக்குள்ளே திவ்யாவை வீடு கொண்டு வந்து சேர்த்துட்டீங்கன்னா... உங்களுக்கும் உங்க ஸ்டேஷன்ல இருக்கிற ஒவ்வொருத்தருக்கும் எஸ்டேட் சார்பா ஏதாவது பெருசாப் பண்ணிடறோம்.”

“நோ... நோ... அதெல்லாம் எதுவுமே வேண்டாம்... திவ்யாவை கண்டுபிடிச்சு தர வேண்டியது எங்க கடமை...”

துர்கா பரமேஸ்வரியின் அறைக்குள் நுழைந்தார்கள். நுழைந்தவர்கள் அதிர்ந்து போய் ஒருத்தரையொருத்தர் பார்த்துக் கொண்டார்கள்.

உள்ளே -

துர்கா பரமேஸ்வரிக்கு எதிரே இருந்த நாற்காலியில் ஒரு புன்னகையோடு உட்கார்ந்தபடி திவ்யா பேசிக் கொண்டிருந்தாள்.

உள்ளே நுழைந்த கும்பலைப் பார்த்ததும் -

ஆர்வமாய் எழுந்தாள்.

21

"வாங்க இன்ஸ்பெக்டர்..." என்றாள் திவ்யா... கண்கள் மட்டும் கனகராஜ் மேலும் சிவப்ரகாஷின் மேலும் லேசாய் படிந்து மீண்டன.

"திவ்யா உனக்கு ஒண்ணும் ஆகலையே..?" - ஆனந்த எக்களிப்போடு தன்னை நோக்கி ஓடிவந்த கணேஷை புன்னகையோடு பார்த்தாள்.

"அந்த ரெண்டு பேர் கிட்டேயிருந்தும் என்னைக் காப்பாத்துவீங்கன்னு நினைச்சா... நீங்க பாட்டுக்கு ஒரே அடியில மலைச்சரிவோட அடிவாரம் வரைக்கும் போயிட்டீங்க... அதுக்கப்புறமும் என்னை நான் காப்பாத்திக்க வேண்டாமா..."

மார்ட்டின் குறுக்கிட்டார்.

"மிஸ். திவ்யா... யாரந்த ரெண்டு பேர்..?"

கடைக்கண்ணால் சிலப்ரகாஷையும், கனகராஜையும் பார்த்துக் கொண்டே இன்ஸ்பெக்டரிடம் சொன்னாள். "அவங்க யார்ன்னு எனக்குத் தெரியலை இன்ஸ்பெக்டர்... ஆனா ரெண்டு பேர் முகமும் எனக்கு ஞாபகம் இருக்கு. எப்படியும் அவங்க என் கண்ணுக்கு சிக்குவாங்க..."

"இப்போ... எப்படி தப்பிச்சீங்க..?"

"ஓட்டம்தான்... கணேஷ் அடிபட்டு கீழே விழுந்ததும் அந்த ரெண்டு பேர் என்னை தாக்க ஆரம்பிச்சாங்க... நான் யாரு..? லாஸ் ஏஞ்சல்ஸ் டைவர் கிளப்புல மெம்பராச்சே...

அவங்க கைக்கு சிக்காமே பஞ்சு மாதிரி பறக்க ஆரம்பிச்சேன். அந்த ரெண்டு ராஸ்கல்ஸும் என்னை தொரத்த ஆரம்பிச்சாங்க... ரோட்டுக்கு மறுபக்கத்துல இருக்கிற கற்பூர சோலைக்குள்ளே பூந்துட்டேன். அந்த சோலையில ஒரு மணி நேரம் ஓடி அவங்களுக்கு தண்ணி காமிச்சேன்..."

சிவப்ரகாஷின் முகம் பிரேதம் மாதிரி வெளுத்து போயிருக்க - கனகராஜ் 'ஜல ஜல'வென்று வியர்த்து ஊற்றிக் கொண்டிருந்தான்.

திவ்யா தொடர்ந்தாள்.

"எப்படியோ... அவங்ககிட்டயிருந்து தப்பி - அந்தப் பக்கமா வந்த லாரியில ஏறி வீட்டுக்கு வந்தேன். வீட்ல அம்மா அழுதிட்டிருந்தாங்க... என்னைத் தேடிகிட்டு நீங்க எல்லாரும் வெளியே போயிருக்கிறதா சுதா சொன்னா... ஸாரி உங்களுக்கெல்லாம் ரொம்பவும் தொந்தரவு குடுத்துட்டேன்..."

"தொந்தரவா..? நீங்க பத்திரமா வந்து சேர்ந்ததே எங்களுக்கு சந்தோஷம்... மறுபடியும் அவங்களைப் பார்க்க நேர்ந்தா போலீஸுக்கு தகவல் கொடுங்க மிஸ் திவ்யா..."

"ஷ்யூர்... சர்ட்டன்லி..."

"உங்களுக்கு போலீஸ் ப்ரொடெக்ஷன் வேணும்னா சொல்லுங்க. ஏற்பாடு பண்றோம்!"

"நோ தேங்கஸ் இன்ஸ்பெக்டர்! தேவைப்பட்டா கண்டிப்பாக் கேட்கறேன்."

இன்ஸ்பெக்டர் மார்ட்டின் விடைபெற்றுக் கொண்டு நகர்ந்தார். அவர் கீழே இறங்கிப் போனதும் - திவ்யா கணேஷிடம் வந்தாள்.

"ஸாரி... கணேஷ்... என்னாலதானே உங்களுக்கு இந்த பிரச்சனை? காயம் உங்களுக்கு ரொம்பவும் பலமா..?"

கணேஷ் புன்னகைத்தான்.

“நீ வந்துட்ட இல்லை.. அதான் காயத்தோட வலி இப்போ தெரியலை...”

“இதுதான் உண்மைக்காதல்...” சிரித்துக் கொண்டே சிவப்ரகாஷத்திடம் திரும்பினாள்.

“என்ன சித்தப்பா... நீங்களும் ரொம்ப அலைஞ்சீங்க போலிருக்கு... மூஞ்சி பேயறைஞ்ச மாதிரி இருக்கு..?”

“ஆமாம்மா... ச...சாயந்தரம்... ஏ...ஏழு ம...மணியிலிருந்து ஒரே... அ...அ...அலைச்சல்... நீ காணலைன்னதும் ப...பதறி போயிட்டேன்...”

“என்ன சித்தப்பா... உடம்பு சரியில்லையா..?”

“ஏ...ஏன்..?”

“பேச்சு ஒரு மாதிரியா குளறுதே...”

“இ... இல்லையே...”

“இல்லையா..? சரிதான்..! கனகராஜ் மாமாகிட்டயே கேட்டுப் பார்த்துடலாம். கனகு மாமா..! சித்தப்பாவோட மூஞ்சிய பார்த்து நீங்க உண்மையைச் சொல்லுங்க... சித்தப்பாவுக்கு உடம்பு சரியில்லைதானே?”

கனகராஜ் வியர்வை வழிகிற முகமோடு - பயமாய் சிரித்தான். “நீ... காணலைன்னதும் சித்தப்பாவுக்கு பிரஷர் ஜாஸ்தியாயிடுச்சு... திவ்யா...”

“அப்படியா..? சித்தப்பாவை கூட்டிகிட்டு கெஸ்ட்ஹவுஸ் போய் - ரெஸ்ட் எடுங்க மாமா... நாளைக்கு காலையில பார்த்துக்கலாம்...”

சிவப்ரகாஷும், கனகராஜும் விட்டால் போதும் என்கிற தினுசில் அறையை விட்டு வெளியே ஓடிவந்தார்கள்.

22

சிவப்ரகாஷத்திற்கும், கனகராஜூக்கும் தூக்கம் துளி கூட வரவில்லை. கொட்ட கொட்ட விழித்தபடி நாற்காலிகளிலேயே உட்கார்ந்திருந்தார்கள். நேரம் நடுநிசி இரண்டு மணி.

“கனகு... எனக்கு ஒண்ணுமே புரியலை... ஒவ்வொரு தடவை சாகடிக்கும்போதும் - புதுசா ஒரு திவ்யா வந்து முளைக்கிறாளே...”

“மச்சான்... உங்களுக்கு ஆவி விவகாரத்துல நம்பிக்கையுண்டா..?”

“ஆ... ஆவியா..?”

“ஆமா... நான் ஒரு புஸ்தகத்துல படிச்சிருக்கேன் - நிறைவேறாத ஆசைகளோட செத்துப்போறவங்க - மறுபடியும் மறுபடியும் வந்து –”

“உளறாதே கனகு... ஆவியாவது... ஒண்ணாவது... இதுல ஏதோ விஷமம் இருக்கு... வந்திருக்கிறவ உண்மையான திவ்யா கிடையாது.”

“எப்படி சொல்றீங்க..?”

“எம் மனசுக்கு படுது...”

“எனக்கு அப்படிப் படலை மச்சான்... இன்ஸ்பெக்டர் கொலையாளிகளைப் பத்தி அவகிட்டே விசாரிச்சிட்டிருக்கும் போது கூட - அவளோட பார்வை நம்ம ரெண்டுபேர் மேலதான் இருந்தது. நாம செஞ்ச

காரியம் அவளுக்கு நிச்சயமா தெரிஞ்சிருக்கு... இப்போ எனக்கிருக்கிற ஒரே ஒரு சந்தேகம் என்ன தெரியுமா..?"

"என்ன..?"

"திவ்யாவோட பாடியை நல்லா ஆழமாக் குழிதோண்டிப் புதைச்சோம்... இல்லையா?"

"ஆமா..."

"அந்த பாடி இந்த நிமிஷம் அங்கே இருக்கான்னு பார்க்கணும்... புதைச்ச இடத்துல பாடி இல்லேன்னா அது ஆவி சமாச்சாரம்தான்..."

"புதைச்ச இடத்தைப் போய் பார்த்துட்டு வரலாம்ன்னு சொல்றியா?"

"ஆமா..."

"இந்த நேரத்திலியா..?"

"இப்போ... வேண்டாம்... காலையில அஞ்சு மணிக்கு ரெண்டு பேரும் எழுந்து வாக்கிங் போற மாதிரி - அந்த இடத்துக்குப் போய் பார்த்துட்டு வந்துடுவோம்..."

"கனகு ஒண்ணை கவனிச்சியா..?"

"என்ன..?"

"இப்போ மூணாவதா வந்திருக்கிற திவ்யாவுக்கு - நீயும் நானும் தப்பு பண்ணினவங்கன்னு தெரியும்... தெரிஞ்சிருந்தாலும் அவ போலீஸ்கிட்ட காட்டித் தரலை..."

"போலீஸ்கிட்ட காட்டித்தராமே அவளாவே - உங்களையும் என்னையும் பழிவாங்க நினைக்கிறாளோ என்னவோ..?"

திகிலிலும், பேச்சிலும் நேரம் கரைந்து கொண்டே போயிற்று. ஹால் கடிகாரம் ரெண்டு, மூன்று என்று தன் கனமான தொண்டையில் கனைத்து - கனைத்து காட்டிக் கொண்டிருந்தது. நேரம் ஐந்தான போது இருவரும் எழுந்தார்கள்.

ஜாக்கிங் ட்ரஸ்ஸில் இரண்டு பேரும் நுழைந்து - கெஸ்ட் ஹவுஸைவிட்டு வெளியே வந்து இருட்டில் போர்டிகோவில் நின்றிருந்த ஆஸ்டின் காரை நோக்கிப் போனார்கள். பனி சுண்ணாம்பு துகள்கள் மாதிரி அடர்த்தியாய் பெய்து கொண்டிருந்தது.

இருட்டான போர்டிகோவிலேயே நடந்து - காருக்குள் நுழைந்தார்கள். சிவப்பிரகாஷ் காரின் இக்னீஷியனை உசுப்பின விநாடி போர்டிகோ விளக்கு வெளிச்சத்தை உமிழ்ந்தது.

இருவரும் திடுக்கிட்டு போய் திரும்பினார்கள்.

போர்டிகோ படியில் - நைட்கவுனில் நிரம்பியிருந்த திவ்யா தெரிந்தாள். புன்னகையோடு சொன்னாள்: "குட்மார்னிங் போத் ஆப்...யூ..."

"கு...கு... குட்மார்னிங் திவ்யா..."

"சித்தப்பாவும், மாமாவும் இந்நேரத்துக்கே எங்கே கிளம்பிட்டீங்க..?"

"வாக்கிங்..."

"கார்லயா வாக்கிங் போவாங்க..?"

"இல்லே காரைக் கொண்டு போய் – கேரளா செக் போஸ்ட்டுக்கு பக்கத்துல நிறுத்திட்டு அப்படியே நம்ம எஸ்டேட் வரைக்கும் வாக் போயிட்டு வந்து அப்புறம் காரை எடுத்துக்குவோம்..."

"குட் ஹாபிட்... போயிட்டு வாங்க..."

காரைக் கிளப்பினார் சிவப்பிரகாஷ்.

"போர்டிகோவில பிசாசு மாதிரி காத்திட்டிருக்கா..."

"நான் சொல்லலை மச்சான்... இது ஆவி சமாச்சாரம்தான்..."

"பேத்தாமே வா... கனகு... இவ திவ்யா இல்லை... வேற யாரோ... ஏதோ ஒரு திட்டத்தோடதான் வந்திருக்கா...

இன்னிக்கு ராத்திரிக்குள்ளே அவ முகமூடியை நான் கிழிக்கிறேன்...”

ரோட்டில் வெள்ளைத் திரை மாதிரி தெரிந்த பனியை விலக்கிக் கொண்டு - ஹெட்லைட்கள் வழிகாட்ட கார் பத்தே நிமிஷத்தில் அந்த மரங்கள் அடர்ந்த பகுதிக்கு வந்தது.

காரை நிறுத்தி ஹெட்லைட்டுகளை அணைத்தார் சிவப்ரகாஷ்.

குபீரென்று நான்கு பக்கமும் இருட்டு வந்து அப்பிக் கொண்டது. டேஷ் போர்டைத் திறந்து டார்ச் லைட்டை எடுத்துக் கொண்டான், கனகராஜ்.

காரினின்றும் இறங்கிக் கொண்டு - கதவை சத்தம் வராதபடிக்கு மெதுவாய் – அறைந்து சாத்தினார்கள். டார்ச் உயிர் பெற்று இருட்டைத் துடைத்தது.

கனகராஜ் முன்னால் நடக்க –

சிவப்ரகாஷ் தொடர்ந்தார்.

சருகுகளின் மேல் கேன்வாஸ் ஷூக்கள் பட்டு ‘கர்ர்ர்க்... கர்ர்ர்க்’ என்ற தாள லயத்தை ஏற்படுத்த - இரண்டு பேரும் சுற்றும் முற்றும் பார்த்துக் கொண்டு நடந்தார்கள்.

நேற்றைக்கு இரவு - திவ்யாவை புதைத்த இடத்திற்கு வந்ததும் - தண்டுவடங்களில் உறைந்து போனார்கள்.

புதைக்கப்பட்ட இடம் தோண்டப்பட்ட மாதிரி - மண் பூராவும் வெளியே இறைந்து கிடந்தது. நடுங்கும் இருதயங்களை கைகளால் பற்றிக் கொண்டு - மெதுவாய் நடந்து - குழியை நெருங்கி - உள்ளே எட்டிப் பார்த்தார்கள், இருவரும்.

டார்ச்லைட் வெளிச்சத்தில் குழி ‘வெறிச்’ சென்றிருந்தது.

திவ்யாவின் உடல் அங்கு இல்லை.

23

காலை ஒன்பது மணி.

டைனிங் டேபிளைச் சுற்றி சிவப்ரகாஷ், கனகராஜ். துர்கா பரமேஸ்வரி, திவ்யா உட்கார்ந்து – இட்லிகளின் தலைகளில் கை வைத்திருந்தார்கள்.

“சித்தப்பா..!” திவ்யா வாய் நிறைய இட்லியோடு கூப்பிட்டாள்.

“எ... என்ன திவ்யா..?”

“ஏலக்காய் எஸ்டேட்ல வேலையெல்லாம் எப்படியிருக்கு..?”

“நல்லாயிருக்கு...”

“உங்களை சூபர்வைஸரா போட்டதினாலே கோபமில்லையே..?”

“சேச்சே..! நம்ம குடும்ப எஸ்டேட்ல எந்த வேலை பார்த்தா என்ன..? லேபர்ஸ் வராத சமயங்கள்ல நான் பாத்தியைக் கூட கொத்திவிட்டிருக்கேன்... தேயிலை எஸ்டேட்ல பொம்பளைங்க வேலைக்கு வராதப்போ... தேயிலைக் கொழுந்தைக் கூட – முதுகுக்குப் பின்னாடி கூடையை கட்டிகிட்டு கிள்ளியிருக்கேன்...”

“வேலைன்னா அப்படித்தான் இருக்கணும்... கௌரவம் பார்க்கக் கூடாது...” என்றவள் கனகராஜின் பக்கம் திரும்பினாள்.

“என்ன மாமா... உங்க அனுபவம் எப்படி..?”

“மச்சான் என்ன சொன்னாரோ... அதேதான்...”

“குட்... பாலிஸி... லாஸ் ஏஞ்சல்ல டீ பிளாண்டேஷன் பண்ற இடங்கள்ல - எஸ்டேட் ஓனர்ஸே... ஃபீல்ட்ல இறங்கி வேலை பார்ப்பாங்க... அவனுக்கு கோடிக்கணக்கான டாலர் இருக்கும், சொத்து இருக்கும்... ஆனா அந்த பந்தா இல்லாமே... மண்வெட்டியும் தொப்பியுமா நின்னுட்டிருப்பான்... அதான் அந்த தேசத்துல பணம் கொட்டுது...”

டிபனை முடித்துக் கொண்டு எல்லோரும் எழுந்த போது - சமையல்கார நாயர் தோளில் இருந்த துண்டால் கைகளைத் துடைத்துக் கொண்டே திவ்யாவின் எதிரே வந்து நின்றார்.

“என்ன நாயர்..?”

“மத்தியான சமையல் என்னம்மா... பண்ணட்டும்..?”

“நான்வெஜ் அயிட்டம் ஏதாவது பண்ணு...”

“கோழி அடிச்சுரட்டுமாம்மா..?”

“ம்... அடிச்சுடு... அப்படியே நாயர்...”

“சொல்லுங்கம்மா...”

“கோழி ரத்தத்தை வறுத்து... மொளகாப்பொடி போட்டு வெச்சுடு... தொட்டுக்க நல்லாயிருக்கும்...” திவ்யா சொல்ல சிவப்பிரகாஷும் கனகராஜும் ஒருத்தரையொருத்தர் பார்த்துக் கொண்டார்கள்.

‘திவ்யாவுக்கு இதெல்லாம் பிடிக்காத அயிட்டமாச்சே..?’

திவ்யா அவரைப் பார்த்து புன்னகைத்தாள். “என்ன சித்தப்பா... பார்க்கறீங்க..? நான் லாஸ் ஏஞ்சல்ல இருந்தவரைக்கும் தினமும் நான்வெஜ்தான். கோழி ரத்த வறுவல் இல்லாமே நான் லஞ்சே சாப்பிட மாட்டேன்... இங்கே வந்து இருபது நாளா சாப்பிட மறந்துட்டேன்...”

திவ்யா சொல்லிக் கொண்டே மாடிக்குப் போக - சிவப்ரகாஷும், கனகராஜும் ஏலக்காய் எஸ்டேட் புறப்பட்டுப் போக வெளியே வந்தார்கள்.

“கனகு...”

“ம்...”

“எனக்கு தீர்மானமா தெரிஞ்சுடுச்சு...”

“என்ன..?”

“இவ... நிச்சயமா திவ்யா கிடையாது... இவ போலி...”

“போலின்னுதான் தெரியுமே... அதை மத்தவங்களுக்கு எப்படி நிரூபிக்கப் போறோம்... உண்மையான திவ்யாவைக் கொன்னுட்டதா சொல்ல முடியுமா?”

“ஓரே குழப்பமாயிருக்கு கனகு... புதைச்ச உடம்பை யார் தோண்டி எடுத்திருப்பாங்க..?”

“திவ்யாவை அடிச்சு - கார்ல தூக்கிகிட்டு போனதை எவனோ பார்த்திருக்கான். நம்ம காரை பின்தொடர்ந்து வந்திருக்கான்... புதைச்ச பாடியை எடுத்திருக்கான்...”

“எடுத்து என்ன பண்ணியிருப்பான்..?”

“கனகு...”

“என்ன மச்சான்..?”

“எதை யோசனை பண்ணினாலும் மூளையெல்லாம் வலிக்குது. இன்னிக்கு ராத்திரி நான் இதுக்கொரு முடிவு கட்டறேன்...”

“என்ன முடிவு..?”

“திவ்யாவை இன்னிக்கு ராத்திரி பன்னெண்டு மணிக்கு மேலே அவ ரூம்ல வெச்சு நீயும் நானும் சந்திக்கப் போறோம்...”

“பன்னெண்டு மணிக்கு மேலேயா..? கொஞ்சம் முன்னாடியே போவோம்... மச்சான்...”

“பயப்படாதே... கனகு... நான் இருக்கேன். தைரியமா வா...”

24

குமுளி போலீஸ் ஸ்டேஷன்.

சாயந்தரம் ஐந்து மணி.

மேஜை மேலிருந்த - டெலிபோன் வீறிட - ரிஸீவரை எடுத்து அதன் அலறலை நிறுத்தி காதுக்குக் கொடுத்தார் இன்ஸ்பெக்டர் மார்ட்டின்.

“ஹலோ...”

“இன்ஸ்பெக்டர் மார்ட்டின் இருக்காரா..?”

“நான்தான் பேசறேன்...”

“இன்ஸ்பெக்டர்... நான் ஆடிட்டர் பூசக்கண்ணன் பேசறேன்.”

“ஓ... ஆடிட்டரா..? என்ன விஷயம் ஸார்..?”

“என்னோட பங்களாவுக்கு உடனடியா கொஞ்சம் வரமுடியுமா..?”

“ஃபார் வாட்..?”

“என் வீட்ல பூந்து - என்னோட லைசென்ஸ்ட் பிஸ்டலை திருட முயற்சி பண்ணின ஒரு ஆளை மடக்கி பிடிச்சிருக்கேன்... வர்றீங்களா..?”

“பிஸ்டலை திருட வந்தவனா..?”

“ஆமா இன்ஸ்பெக்டர்...”

“இதோ இப்ப வர்றேன்...”

மார்ட்டின் ரிஸீவரை வைத்துவிட்டு - ஸ்டேஷனுக்கு வெளியே நின்றிருந்த ஜீப்பை நோக்கிப் போனார். ஒரு ஐந்து நிமிஷ பயண முடிவில் ஆடிட்டர் வீட்டு காம்பௌண்ட் வாசலருகே ஜீப்பை நிறுத்திவிட்டு உள்ளே போனார்.

நேர்வகிடு எடுத்து - சுருட்டை முடியை சீவி - கண்ணாடி போட்டு - கனமான கம்பளி ஸ்வெட்டரில் புதைந்து போயிருந்த பூசக்கண்ணன் மார்ட்டினை எதிர் கொண்டார்.

"வாங்க இன்ஸ்பெக்டர்... இவன்தான்..." ஹாலின் தூண் ஒன்றில் கட்டிப் போடப்பட்டிருந்த - அந்த ஆசாமியைக் காட்டினார் பூசக்கண்ணன்.

மார்ட்டின் கட்டிப் போடப்பட்டிருந்த ஆசாமியை ஏறிட்டார்.

இளைஞன். அடர்த்தியான தலைமுடி. நீள்வட்ட முகம். மோவாயில் முள்ளு முள்ளாய் தாடி. கண்களில் மாட்டிக் கொண்ட பயம்.

"உம்... பேரென்ன..?"

ஆடிட்டர் குறுக்கிட்டார்.

"இன்ஸ்பெக்டர்... அவனுக்கு தமிழ் பேசத் தெரியாது போலிருக்கு. கொச்சை கொச்சையா பேசறான்..."

மார்ட்டின் புன்னகைத்தார்.

"இந்த மாதிரியான க்ரிமினல்ஸ் பத்தி உங்களுக்கு சரியா தெரியாது ஆடிட்டர் ஸார்... பாஷை தெரிஞ்சாலும் பேசமாட்டான்... நான் ரெண்டே நிமிஷத்துல... அழகான செந்தமிழ்ல இவனை பேச வெக்கிறேன் பாருங்க..! ம்... பேரென்னடா..?"

"த...த...தமில்... மாலும்... நஹி..."

"தமில் மாலும் நஹியா..?" சொல்லிக்கொண்டே தன் வலது கரத்தை காற்றில் வீசி - முகத்தில் 'ரப்ப்'பென்று அறைந்தார் மார்ட்டின்.

அவன் கண்கள் பயத்தில் நிலைத்தன.

"ம்... சொல்லு... உம் பேரென்னடா..?"

"தமில் மாலும் நஹி..." - அவன் உதடுகள் நடுங்கியது.

"நீ உதை வாங்கிகிட்டு அழகாதான் தமிழ் பேசப் போறேனு தோணுது. உன் மூஞ்சிய பார்த்தா அழகா தமிழ் பேசுவே போலிருக்கு..." சொல்லிக் கொண்டே அவனுடைய பேண்ட் பாக்கெட்டிலும் - சர்ட் பாக்கெட்டிலும் கையை நுழைத்துப் பார்த்தார் மார்ட்டின்.

சின்னதும் - பெரியதுமாய் சில காகிதங்கள் கிடைத்தது. அதை அள்ளிக் கொண்டு வந்து மேஜையின் மேல் பரப்பினார் மார்ட்டின்.

காகிதத் துணுக்குகளுக்கு மத்தியில் - பிரதானமாய் - ரோஸ் நிறத்தில் அந்த டெலிகிராம் தெரிந்தது. எடுத்துப் பார்த்தார்.

டூ அட்ரஸில் **எஸ். திவாகர்.**

மே/பா கனகா லாட்ஜ், கம்பம்.

உள்ளே செய்தி சுருக்கமாய் தெரிந்தது.

'க்ளோஸ் தி அகௌண்ட்ஸ்' - முந்தடா.

செய்திக்கு மேலேயிருந்த வரியை உன்னிப்பாய் பார்த்தார் மார்ட்டின். ட்ரிபிள் எக்ஸ் டெலிகிராம் அது. **1535 - எல்பி - 1002. பாம்பே 51 14/15.**

ஆடிட்டர் நெருங்கி கேட்டார்.

"இன்ஸ்பெக்டர்..! என்ன டெலிகிராம் அது..."

"யாரோ. 'முந்தடா'ங்கிற ஒருத்தன் பம்பாயிலிருந்து டெலிகிராம் குடுத்திருக்கான்..."

"யார்க்கு..?"

"திவாகர்னு ஒருத்தனுக்கு..."

"அப்போ திவாகர் இவன்தான்..."

மார்ட்டின் அவனுடைய தலைமுடியைக் கொத்தாய் பற்றினார். "சொல்லு... உம்... பேர் திவாகர்தானே..?"

அவன் மௌனம் சாதித்தான்.

"யாருடா அந்த முந்தடா..?"

மௌனம்.

"இந்த வீட்ல பிஸ்டல் மட்டும் திருட வந்தியே..? எதுக்காக..?"

அவன் மௌனமாய் மார்ட்டினையே பார்த்தான். அடிவிழும் என்கிற பயம் கூட இப்போது கண்களில் இல்லை.

"ம்... சொல்லு..."

பூட்ஸ் காலால் அவனுடைய அடிவயிற்றை எத்தினார் மார்ட்டின்.

அவன் "அம்மா..!" என்று கத்தி உதட்டைக் கடித்தான்.

"பார்த்தீங்களா... ஆடிட்டர்... 'அம்மா'ன்னு கத்தறான். இவனோட தாய் பாஷையே தமிழ்தான். இல்லேன்னா இவன் இப்படிக் கத்த மாட்டான்... இவனை இங்கே வெச்சு விசாரிச்சு பிரயோஜனமில்லை. லாக்-அப்புக்கு கொண்டு போய் அங்குலம்... அங்குலமா தட்டணும்... அப்பத்தான் இவன் வாயைத் திறந்து பேசுவான்..."

சொல்லிக் கொண்டே - அவனுடைய கயிற்றுக் கட்டுகளை அவிழ்த்து - பின்பக்கமாய் கையைக் கட்டி - ஜீப்புக்கு தள்ளிக் கொண்டு போனார் மார்ட்டின்.

ஜீப்பில் அவனை ஏற்றி விட்டு –

ஸ்டீயரிங்கைப் பிடித்தார்.

25

சாயந்தரம் ஏழு மணி.

எஸ்டேட் பங்களா ஒரு மோசமான நிசப்தத்தில் இருந்தது.

மாடியில் துர்கா பரமேஸ்வரி முடங்கியிருந்தாள். ஹாலின் கடைசி அறையில் திவ்யா - ஒரு பழைய புத்தக ஷெல்ஃப்பில் புத்தகங்களைக் கிளறிக் கொண்டிருந்தாள். திடீரென்று -கதவருகே சத்தம் கேட்டு திரும்பினாள்.

சிவப்ரகாஷும், கனகராஜும் அறைக்குள் நுழைந்து கொண்டிருந்தார்கள். திவ்யா புன்னகைத்தாள். "அப்பாவோட லைப்ரரியில் நீங்களும் புஸ்தகம் தேட வந்துட்டீங்களா... சித்தப்பா..?"

கனகராஜ் தன் இடுப்பின் மறைவிலிருந்து அந்த பிஸ்டலை எடுத்தான். திவ்யா முகம் மாறி - பின்வாங்கினாள். சிவப்ரகாஷ் கேட்டார்.

"யார்... நீ..?"

"இ...இ...இதென்ன கேள்வி... நான் திவ்யா... உங்க அண்ணன் பொண்ணு..."

"கிடையாது... நீ திவ்யா இல்லை..."

"அப்போ... நான் யாரு..?"

"நீதான் சொல்லணும்..."

"சரி... சொல்றேன். நான் திவ்யா. எமரால்ட் க்ரீன் எஸ்டேட் முதலாளியும், சர் பட்டம் பெற்றவருமான ராஜசேகரின் ஒரே புத்திரி. எங்கம்மா பேர் துர்கா பரமேஸ்வரி. எங்க சித்தப்பா பேர் சிவப்ரகாஷ்.மாமா பேர் கனகராஜ்..."

"இந்த கேலியும் கிண்டலும் என்கிட்டே வேண்டாம்... நீ திவ்யா கிடையாதுன்னு எங்களுக்கு நல்லா தெரியும்... திவ்யா மாதிரியே இருக்கிற நீ உருவ ஒற்றுமையை உபயோகப்படுத்திகிட்டு - திவ்யாவா நடிக்க வந்துட்டே... நீ யாரை வேணுமானாலும் ஏமாத்தலாம். எங்க ரெண்டு பேரை மட்டும் ஏமாத்த முடியாது. இன்னிக்கு ராத்திரி பனிரெண்டு மணிக்கு மேலே - உன்னை உன்னோட ரூம்ல வந்து பார்க்க நினைச்சிருந்தோம். இப்ப அதைவிட அருமையான சந்தர்ப்பம் இது... பங்களால அண்ணியைத் தவிர வேற யாரும் இல்லே... சாவகாசமா பேசலாம்... சொல்லு... நீ யாரு..?"

திவ்யா புன்னகைத்தாள்.

"நான் திவ்யா இல்லேன்னு சொல்றீங்களா..?"

"ஆமா..."

"அப்போ திவ்யா எங்கே..?"

"அவ செத்துட்டா..."

"எப்படி..?"

"எப்படியோ... செத்துட்டா..."

"அதான் எப்படின்னு கேக்கறேன்... நீங்க கொலை பண்ணி அவளை புதைச்சிட்டீங்களா..?"

"அப்படிதான் வெச்சுக்கோயேன்..."

"அப்படியெல்லாம் அனாமத்தா வெச்சுக்க முடியாது சித்தப்பா... நீங்களும் கனகராஜும் சேர்ந்து திவ்யாவை கொலை பண்ணிட்டதா போலீஸ்ல ஒத்துக்குங்க... நான் யார்ங்கிற உணமையை உங்க ரெண்டு பேர்க்கும் சொல்றேன்..."

சிவப்ரகாஷ் கனகுவிடம் கை நீட்டினார். கனகு பிஸ்டலை அவரிடம் கொடுத்தான். "நீ யாராவோ இருந்துட்டு போ... அதைப்பத்தி எங்களுக்கு கவலையில்லை... கார்ல வந்த திவ்யாவை சக்திவேலோட சேர்ந்து பரலோகம் அனுப்பிச்சு வெச்சோம். புதுசா டாக்ஸியில வந்து இறங்கின ரெண்டாவது திவ்யாவை - நேத்தைக்கு ராத்திரிதான் தீர்த்துக் கட்டி - சமாதி கட்டினோம். மூணாவதா நீ முளைச்சிருக்கே - உனக்கும் ஒரு முடிவு கட்றோம்..."

பிஸ்டலை உயர்த்தினார் சிவப்ரகாஷ்.

26

லாக்-அப்.

மூக்கில் ரத்தம் கருஞ்சிவப்பாய் எட்டிப் பார்க்க - அவன் கைகளை கூப்பிக் கொண்டு கெஞ்சினான். "அடிக்காதீங்க... ஸார்..."

"உண்மையைச் சொல்லு... அடிக்கிறதை நிறுத்திட்டு - உனக்கு பிரியாணி வாங்கித் தர்றோம்..." மார்ட்டின் வீங்கிப் போன அவனுடைய முகத்தை நிமிர்த்தினார்.

"ஸ...ஸார்... எம்பேர் திவாகர்..."

"அதான் டெலிகிராமிலேயே தெரியுதே... உனக்கு டெலிகிராம் கொடுத்த அந்த முந்தடா யாரு..?"

"என்னோட ப்ரெண்ட்..."

"க்ளோஸ்... த.... அக்கௌண்ட்ஸ்ன்னு உம் பேர்க்கு டெலிகிராம் கொடுத்திருக்கானே அதுக்கு என்ன அர்த்தம்..?"

"ரெண்டு பேரைத் தீர்த்துக்கட்டச் சொல்லி உத்தரவு..."

"யாரந்த ரெண்டுபேர்..?"

"சிவப்ரகாஷ், கனகராஜ்..."

மார்ட்டின் திடுக்கிட்டார்.

"எமரால்ட் க்ரீன் எஸ்டேட் சிவப்ரகாஷ்... கனகராஜா..?"

"ஆமா... ஸார்..."

"அவங்களை எதுக்காக தீர்த்துக் கட்டணும்..?"

"எங்க டீம்ல இருந்த வசந்தியை... அந்த ரெண்டுபேரும் கொலை பண்ணிட்டாங்க..."

"யாரந்த வசந்தி..? வசந்தியை அவங்க ஏன் கொலை செய்யணும்..?"

திவாகர் மூச்சு வாங்கினான். "ஸார் குடிக்க கொஞ்சம் தண்ணி வேணும்... இன்னும் நிறைய பேச வேண்டியிருக்கு..."

கான்ஸ்டபிள் ஒருவர் டம்ளரில் நீர் கொண்டு வந்து கொடுத்தார். தண்ணீரை வாங்கி வேகவேகமாய் குடித்துவிட்டு - நெஞ்சை நீவிக் கொண்டே பேச ஆரம்பித்தான்.

"ஸார்...இருபதுநாளைக்குமுன்னாடி பம்பாய் ஏர்போர்ட்ல - ஒரு கள்ளக்கடத்தல் பொருளை வாங்கறதுக்காக போனப்ப - திவ்யாவைப் பார்த்து அசந்து போனேன்.

காரணம் அவ எங்க டீம்ல இருந்த வசந்தி மாதிரியே இருந்தா... நான் வசந்திதான்னு நினைச்சு பேசக் கூட போயிட்டேன்... அந்த அளவுக்கு ரெண்டு பேர்க்கும் உருவ ஒற்றுமை இருந்தது. நான் இந்த விபரத்தை முந்தடாவுக்கு போன் பண்ணி சொன்னேன். அவன் திவ்யாவை ஃபாலோ பண்ணி அவ யாரு... என்னங்கிற விபரங்களை விசாரிச்சுகிட்டு வரச் சொன்னான். நான் திவ்யாவை ஃபாலோ பண்ண ஆரம்பிச்சேன்... அவ கூடவே பாம்பே டூ மெட்ராஸ் ஃபிளைட்டிலேயும், மதுரை ஃபிளைட்டிலேயும் வந்தேன்... மதுரையிலிருந்து அவ கார்ல புறப்பட்டதும் - நானும் ஒரு டாக்ஸியை வெச்சுகிட்டு பின் தொடர்ந்தேன்... கார் குமுளியை நோக்கி போயிட்டிருந்தது. திடீர்னு முன்னாடி போன அந்தக் கார் ஹேர்பின் வளைவில - தடுமாறி அதள பாதாளத்துல விழுந்தது. திவ்யாவுக்கு நடந்த விபத்தைப் பத்தி டெலிபோன்ல முந்தடாவுக்கு சொன்னேன். திவ்யா பல எஸ்டேட்களுக்கு சொந்தக்காரிங்கிற விபரத்தையும் சொன்னேன்.

உடனே முந்தடா திவ்யாவைப் பத்தியும் - அவங்க வீட்ல இருக்கிற குடும்ப நபர்களைப் பத்தியும் - திவ்யா யார்

யார்கிட்டே எப்படி நடந்துக்குவாங்கிற விபரங்களையும் சேகரிச்சு அனுப்பச் சொன்னான். நான் திவ்யா பங்களால வேலை செய்யற சமையல்கார நாயரை மடக்கி – பணத்தை வீசி - அந்த குடும்பத்தோட சரித்திரத்தையே வாங்கி - முந்தடாவுக்கு அனுப்பினேன். முந்தடா வசந்தியை திவ்யாவாக்கி - அஞ்சாவது நாளே இங்கே அனுப்பிட்டான்.

நான் கம்பத்துல கனகா லாட்ஜ்ல தங்கி - ரெண்டுநாளைக்கொருதரம் - வசந்தியை கான்டாக்ட் பண்ணிட்டிருந்தேன்... தொடர்ந்து அதே வீட்ல திவ்யாவா நடிக்க முடிஞ்சா நடி... இல்லேன்னா... இருக்கிற நகை, பணம், எல்லாத்தையும் சுருட்டிகிட்டு வந்துரும்படியா அவளுக்கு இன்ஸ்ட்ரக்ஷன் கொடுத்திருந்தோம்... வசந்தி திவ்யாவா நல்லா நடிச்சிட்டு இருந்தாலும் உள்ளுக்குள்ள ரொம்பவும் பயந்துட்டிருந்தா... நான் என் கையிலிருந்த 'ஆசிட் பிஸ்டலை' அவகிட்டே குடுத்து தற்காப்புக்காக வெச்சுக்கச் சொன்னேன்...

நேத்தைக்கு சாயந்தரம் வசந்தியை சந்திக்கிறதுக்காக - எஸ்டேட் கார்டனுக்கு வந்தேன். அங்கே - சிவப்ரகாஷும் கனகராஜும் - வசந்தியை தாக்கி மயக்கமாக்கி - கார்ல தூக்கிப் போட்டுகிட்டு போனாங்க... நான் குறுக்கு வழியா ஓடி ஃபாலோ பண்ணினேன்... ரெண்டுபேரும் வசந்தியோட முகத்தை அமிலத்தாலே சிதிலம் பண்ணி - அவளைப் புதைச்சுட்டு போயிட்டாங்க... என் கையில எந்தவிதமான ஆயுதமும் - வாகன வசதியும் இல்லாததினாலே அவங்களை என்னால தாக்க முடியலை. அவங்க போனதும் பாடியை தோண்டி எடுத்து - எங்க வழக்கப்படி எரிச்சுட்டேன்..."

மார்ட்டின் திடுக்கிட்டார்.

"இப்போ... பங்களால இருக்கிற திவ்யா... யாரு..?"

"அதான் ஸார்... எனக்கும் புரியலை..."

27

தன்னை நோக்கி உயர்த்தப்பட்ட பிஸ்டலைப் பார்த்து புன்னகைத்தாள் திவ்யா.

கனகராஜ் சீறினான்.

"என்ன சிரிக்கிறே..?"

"சிரிக்காமே என்ன பண்றது மாமா..? உம் பின்னாடி கொஞ்சம் திரும்பிப் பாரு யார் நிக்கறாங்கன்னு உனக்கே புரியும்..."

இருவரும் திரும்பிப் பார்த்தார்கள்.

"அண்ணீ...ஈ...ஈ...ஈ..!!!" சிவப்ரகாஷ் அதிர்ந்து போக –

"அக்கா...ஆ...ஆ...ஆ..!!!" கனகராஜ் உறைந்து போனான்.

துர்கா பரமேஸ்வரி தன் மெலிந்த தேகத்தோடும் – கையில் ரிவால்வரோடும் அறைவாசலில் நின்றிருந்தாள். குரல் கணீரென்று வந்தது.

"உன் கைல இருக்கிற ரிவால்வரை அப்படி போடு... சிவா."

"அ...அண்ணி உனக்கு பா...பார்வை..."

"அதெல்லாம் வந்து ரொம்பநாளாச்சு... மொதல்ல ரிவால்வரைக் கீழே போடு..."

சிவப்ரகாஷ் கீழே போட்டார்.

"உங்க ரெண்டு பேரையும் என்னால எப்பவே முழுசா நம்ப முடியலை. அதனாலதான் நீங்க உண்மையாவே இந்த

குடும்பத்துக்கு விசுவாசமா நடக்கறீங்களா இல்லையான்னு தெரிஞ்சுக்க எனக்கு வந்த முடக்கு வாதம் சரியானப்பறமும் அந்த சக்கர நாற்காலியில உட்கார்ந்தேன். கையும் காலும் விளங்காத மாதிரி நடிச்சேன். கொஞ்சம் நாள்ல வந்த பார்வையையும் மறைச்சு... இல்லாத மாதிரி நடிச்சு உங்களைக் கண்காணிச்சேன். உங்ககிட்ட இருந்து என்னைப் பாதுகாக்க என்னோட பலவீனங்களை பலமா மாத்திக்கிட்டேன். திவ்யா வந்ததுக்கப்பறமும் உங்க வண்டவாளம் தண்டவாளம் ஏர்ற வரைக்கும் இந்தக் கோலத்துலயே இருக்க நினைச்சேன். இதுக்கு முழு ஒத்துழைப்பு கொடுத்தது எனக்கு துணையா இருந்தது சுதாதான்."

"அக்கா..."

அருகில் வர முயன்றான் கனகராஜ்.

"பக்கத்துல வராதே... இப்ப பாசம் பந்தம் அத்துப் போய் நிக்கிறேன்... உன்னை சுட்டுத் தள்ளவும் தயங்கமாட்டேன்... இவளை யாரு யாருன்னு கேட்டு மிரட்டிட்டிருந்தீங்களே... இவதான உண்மையான திவ்யா... நான் பெத்த பொண்ணு..."

திவ்யா சிரித்தபடியே குறுக்கிட்டாள்.

"ஆமா... சித்தப்பா... ஆலமரத்து ஹேர்பின் வளைவுல கார் திரும்பும்போது – டிரைவர் சக்திவேலோட கழுத்துல எதுவோ பாஞ்ச மாதிரி இருந்தது. என்ன ஏதுன்னு நிதானிக்கிறதுக்குள்ளே... கார் தடுப்பு சுவரை உடைச்சிக்கிட்டு பறந்து... அப்பறம் உருள ஆரம்பிச்சுடுச்சு..! இப்ப இந்த இடத்துலதான் என்னைப்பத்தின ஒரு விஷயம் நீங்க தெரிஞ்சுக்கணும். லாஸ் ஏஞ்சல்ல இருந்தப்போ... அங்கே இருக்கிற டைவர்ஸ் கிளப்பிலேயும் - பாராசூட் விங்க்லேயும் நான் ஒரு மெம்பர். ப்ளைட்டிலிருந்து கீழே குதிச்சு... பாதி தூரம் வரைக்கும் பாராசூட் உதவியில்லாமே... அந்தரத்துல பறப்போம்... அந்த மாதிரி சமயங்கள்ல

மூச்சையடக்கி - கையையும் காலையும் நீட்டி ஒரு யோகாசனம் மாதிரி பண்ணி - உடம்போட எடையை லேசாக்கி மிதப்போம்... அந்த டெக்னிக்கத்தான் இங்கேயும் கையாண்டேன்.

கார் சில வினாடி பறந்து பாதாளத்தை நோக்கிப் போயிட்டிருக்கும் போதே - கதவைத் திறந்துகிட்டு வெளியே குதிச்சேன். மூச்சை அடக்கி உடம்பை ஒரு நிலைக்கு கொண்டு வந்து - ஒரு மரத்தோட கிளை பக்கத்துல வரும்போது - 'கப்'ன்னு பிடிச்சுகிட்டு ஊசலாடினேன்... சொற்ப காயங்களோட உயிர் பிழைச்சேன். என்னோட உயிர்க்கு யாரோ குறி வெக்கிறாங்கங்கிற உண்மையை தெரிஞ்சுகிட்ட நான் - கூடலூர் வந்து என் ஃப்ரெண்ட் சீதா வீட்ல தங்கி நம்ம எஸ்டேட் நிலவரங்களை கவனிக்க ஆரம்பிச்சேன், ஆச்சர்யப்பட்டேன்.

என்னை மாதிரியே ஒருத்தி - நம்ம வீட்டுக்கு வந்தது எனக்கு த்ரில்லாவும் இருந்தது. அதே சமயம் பயமாவும் இருந்தது. அவளால அம்மாவுக்கு ஏதாவது ஆபத்துவந்துடும்னு நினைச்சேன். அதனால சீதாவோட அண்ணன் அவளை க்ளோஸ் ஃபாலோ அப் பண்ணி - தினமும் விவரங்களை கொண்டு வந்து கொடுப்பார். என்னோட டூப்ளிகேட்டை நீங்க ரெண்டுபேரும் 'ஹதம்' பண்ணின விஷயத்தையும் அவர்தான் சொன்னார்.

இந்த இடத்துலதான் என்னுடைய பிரவேசம் சரியா இருக்கும்னு நினைச்சு வந்தேன். நீங்க, கணேஷ் எல்லோரும் எஸ்டேட் கார்டனுக்கு போயிருந்த நேரத்துல - வீட்டுக்கு வந்தேன். அம்மாகிட்டே எல்லா விபரத்தையும் சொல்லி - காத்திட்டிருக்கும்போதுதான் நீங்க வந்தீங்க... பேயைக் கண்ட மாதிரி வேர்த்து வழிஞ்சீங்க..."

திவ்யா சொல்லிக் கொண்டிருக்கும் போது -

போர்டிகோவில் ஏதோ சத்தம் கேட்டது.

ஜன்னல் வழியாய் எட்டிப் பார்த்தாள்.

போலீஸ் ஜீப்.

"யார் திவ்யா வர்றாங்க..?"

துர்கா பரமேஸ்வரி கேட்க - திவ்யா சிரித்துக் கொண்டே சொன்னாள்.

"நம்ம சித்தப்பாவுக்கும், மாமாவுக்கும் ரொம்பவும் வேண்டியவங்க. விருந்துக்கு கூப்பிட வந்திட்டிருக்காங்க..."

www.ingramcontent.com/pod-product-compliance
Lightning Source LLC
LaVergne TN
LVHW090358210926
848480LV00002B/386
* 9 7 9 8 9 0 2 0 7 6 0 0 1 *